മനോജ് ഹാപ്പിനസ്സ്

പാലക്കാട് ജില്ലയിലെ മണ്ണാർക്കാട് ഇടൂർ കൃഷ്ണൻ കുട്ടിയുടെയും ഇന്ദിരാ കൃഷ്ണൻകുട്ടിയുടെയും മകൻ. ദുബായിൽ മനോജ് ആന്റ് അസോസിയേറ്റ്സ് ചാർട്ടേഡ് അക്കൗണ്ട്സ് മാദനേജിംഗ് ഡയരക്ടർ.

കഴിഞ്ഞ ഇരുപത് വർഷമായി യു.എ.ഇ.യിലെ വിവിധ കോർപ്പറേറ്റ് കമ്പനികളിൽ മാനേജ്മെന്റ് മേഖലയിൽ പ്രവർത്തിക്കുന്നു. ചെറുപ്പകാലം തൊട്ട് തന്നെ യോഗ, പ്രകൃതിജീവനം, മോട്ടിവേഷണൽ ട്രെയിനിംഗ് എന്നിവയിൽ പ്രാവീണ്യം നേടി. ലോക പ്രശസ്ത ആനന്ദ ഗുരുവും ജീവനകലയുടെ ആചാര്യനുമായ ശ്രീ ശ്രീ രവിശങ്കറിന്റെ ശിഷ്യനും അന്താരാഷ്ട്ര പരിശീലനുമാണ്.

പ്രസിദ്ധീകരിച്ച ആദ്യകൃതി: സ്നേഹിക്കൂ ചിരിക്കൂ സന്തോഷിക്കൂ.

ഭാര്യ: ഷൈമ മനോജ്

മക്കൾ: അഭിരാമി, അനഘ

സഹോദരൻ: ബിനോജ് കൃഷ്ണൻ

മൊബൈൽ: 00971526 999364/054 7329181

Email: manoj@manojcpa.com; manubgy@gmail.com

Malayalam Language
Aacharalokathe Ariyan
(Non-Fiction)
by
Manoj Happiness

♦

Published in October 2022
by Kairali Books Private Limited
Thalikkavu Road, Kannur.
Ph : 0497-2761200
E-Mail : Kairalibooksknr@gmail.com

♦

Cover Design
Prasanth Mangad

© All rights reserved
No part of this publication may be reproduced, stored in or introduced into a retrieval system, or transmitted, in any form, or by any means, electronic, mechanical, photocopying, recording or otherwise without the prior written permission of the publisher.

66/22-23/Sl.No.1374/250/NS 18.6
ISBN. 978-93-94472-24-2

ആചാരലോകത്തെ അറിയാൻ

മനോജ് ഹാപ്പിനസ്സ്

കൈരളി ബുക്സ്

ആചാരങ്ങളിലെ വ്യത്യസ്തതകൾ

സ്ത്രീപുരുഷസംയോഗം ആനന്ദത്തിനുള്ള ഒരു മാർഗ്ഗം മാത്രമാണെന്ന് ന്യൂഗിനിയിലെ ട്രോബ്രിയാൻഡ് വർഗ്ഗക്കാർ കരുതി. സ്ത്രീ ഗർഭിണിയാകുന്നതും കുഞ്ഞുങ്ങൾ ജനിക്കുന്നതും മരിച്ചുപോയവരുടെ ആത്മാക്കൾ സ്ത്രീകളുടെ ഉദരത്തിൽ പ്രവേശിക്കുന്നതുമൂലമാണെന്നും അവർ വിശ്വസിച്ചു. വിവാഹശേഷം ഭർത്താക്കന്മാർ തങ്ങളുടെ ഭാര്യമാരെ ചെറുവഞ്ചികളിൽ കയറ്റി ദീർഘയാത്രയ്ക്ക് അയക്കുന്നു. അകലെയുള്ള ദ്വീപുകളിലും മറ്റും താമസിച്ച് തിരിച്ചെത്തുന്ന സ്ത്രീകൾ ഗർഭിണികളോ അമ്മമാരോ ആയിട്ടുണ്ടാവും. തിരിച്ചെത്തുന്ന ഗർഭിണികളെയും അമ്മയെയും കുഞ്ഞിനെയും ഭർത്താക്കന്മാർ സ്വീകരിക്കും. യാത്രക്കിടയിൽ അവരെ പൂർവ്വികർ അനുഗ്രഹിച്ചു എന്ന് പുരുഷന്മാർ ആശ്വസിക്കുന്നു.

ആസ്ത്രേലിയയിൽ പല ആദിവാസികളും ലൈംഗിക വൃത്തിയെ ഒരു അനുഷ്ഠാനമായി കണക്കാക്കുന്നു. ശിശുക്കൾ മരങ്ങളിലും പാറക്കൂട്ടങ്ങളിലും വഴികളിലുമായി അദൃശ്യമായി പതിയിരിക്കുന്നുവെന്നും ഒരു സ്ത്രീയുടെ ഉദരത്തിലേക്ക് കയറിപ്പറ്റാൻ ഒരവസരം നോക്കുകയാണെന്നും അവർ കരുതുന്നു. കുഞ്ഞിനെ സ്ത്രീയിലേക്ക് സ്വാഗതം ചെയ്യുന്ന ഒരു ചടങ്ങ് മാത്രമാണ് പുരുഷനും സ്ത്രീയും പരസ്പരബന്ധത്തിലൂടെ നിർവ്വഹിക്കുന്നത്. കാട്ടിൽ ഒരു തുളയുള്ള പാറയുണ്ട്. അതിന്നരികത്തുകൂടി നടന്നുപോകുന്ന സ്ത്രീകൾ ഗർഭിണികളാവുമെന്ന് ആദിവാസികൾ വിശ്വസിച്ചു. ഗർഭിണികളാകാൻ ആഗ്രഹമില്ലാത്ത സ്ത്രീകൾ ആ പാറയരികിലൂടെ നടക്കേണ്ടി വരുമ്പോൾ വൃദ്ധകളെപ്പോലെ വേഷം കെട്ടും. വൃദ്ധകളുടെ ഉദരത്തിൽ ശിശു കയറിപ്പറ്റുകയില്ല എന്നവർ കരുതുന്നു.

എല്ലാ ദേശങ്ങളിലും പുരാണേതിഹാസങ്ങളിലും കന്യകമാരും വിവാഹിതകളും ദൈവത്തിൽനിന്ന് അല്ലെങ്കിൽ പ്രകൃതിശക്തികളിൽനിന്ന് ഗർഭിണികളായതിന്റെ വിവരണങ്ങളുണ്ട്. സന്താനോല്പാദനത്തെപ്പറ്റി

യുള്ള ധാരണകളും വിശ്വാസങ്ങളുമാണ് ഇതിനടിസ്ഥാനം. മഹാഭാരതത്തിൽ കുന്തി സൂര്യനിൽനിന്നും ബൈബിളിൽ കന്യാമറിയം യഹോവയിൽനിന്നും ഗർഭിണികളായി എന്നു പറയുന്നു.

പതിനേഴാംനൂറ്റാണ്ടിൽ വില്യം ഹാർവി, ഡിട്രാഫ്, ലെഡർ എന്നീ ശാസ്ത്രജ്ഞന്മാർ സ്ത്രീബീജങ്ങളെയും 1677 ൽ ലിവൻ ഹോക്ക് എന്ന ശാസ്ത്രജ്ഞൻ പുരുഷബീജത്തെയും കണ്ടെത്തി. 1875 ൽ ഹെർട്ട് വിങ് സ്ത്രീപുരുഷ ബീജങ്ങളുടെ സംയോജനഫലമായാണ് ശിശുക്കൾ ജനിക്കുന്നതെന്ന് തെളിയിച്ചു.

ഓരോ പെണ്ണും (ഗർഭാശയത്തിൽ) ചുമന്ന്നടക്കുന്ന ശിശുവിനെക്കുറിച്ച് അല്ലാഹു അറിയുന്നുണ്ട്. ഗർഭാശയങ്ങൾ ചുരുങ്ങുന്നതും വികസിക്കുന്നതും അല്ലാഹു അറിയുന്നു. എല്ലാ കാര്യങ്ങൾക്കും അവന്റെ പക്കൽ ചില വ്യവസ്ഥകളുണ്ട്.(ഖുറാൻ 13.8)

രണ്ടുമാസത്തിനുമേൽ ഗർഭമുള്ള സ്ത്രീ, സന്യാസി, വാനപ്രസ്ഥർ, ബ്രഹ്മചാരി, ബ്രാഹ്മണൻ ഇവരോടു തോണിക്കാരൻ കൂലി വാങ്ങരുതാത്തതാകുന്നു. പൗരാണികഭാരതീയ നീതി ശാസ്ത്ര ഗ്രന്ഥമായ മനുസ്മൃതി ഗർഭിണികൾക്ക് സമുദായത്തിൽ മാന്യമായ സ്ഥാനം നൽകുന്നു. സാമൂഹ്യശ്രേണിയിലെ ഏറ്റവും ഉന്നത സ്ഥാനമുള്ള ബ്രാഹ്മണനുള്ള പരിഗണനയാണ് ഗർഭിണിക്കും നൽകിയിരുന്നത്.

'പെറ്റിന്ന ചെലര് മരിച്ചുപോകും എന്നതിനെക്കൊണ്ട് ഗർഭം ഉള്ള സ്ത്രീകൾ തങ്ങളുടെ പെറ അണഞ്ഞു എന്ന് അറിഞ്ഞാൽ കുമ്പസാരിച്ചു കുർബാന കൊള്ളണം എന്ന ഈ ന്യൂനഹദൊാസ പ്രമാണിക്കുന്നു. എന്നാൽ ഈറ്റനൊവും തുടങ്ങും മുൻപെ ഈ പ്രമാണത്തിന് ഒത്തവണ്ണം ഇരിക്കുകയും വേണം. ദൂരെ വഴി ഉള്ള കടലൊട്ടത്തിനും സങ്കടം രണ്ടാം എന്ന് തോന്നുന്ന പടെക്ക പോകുന്നവരും ഈ പ്രമാണത്തിന്ന ഒത്തവണ്ണം ഇരിക്കണം.'

ഉദയസേരൂർ ന്യൂനഹ ദോസിന്റെ കാനോനയിൽനിന്ന് 1599 ലാണ് കേരളത്തിലെ നസ്രാണികളുടെ ആചാരരീതികളെപ്പറ്റിയുള്ള നിശ്ചയത്തിന്നായി കേരളത്തിലെ ഉദയസേരൂരിൽ സമ്മേളനം നടന്നത്. പ്രസവത്തിലും കടൽയാത്രയിലും യുദ്ധത്തിലും മരണസാധ്യത കൂടുതലാണെന്നതുകൊണ്ട് കുമ്പസാരിച്ചു കുർബാന കൈക്കൊള്ളണമെന്നാണ് താല്പര്യം.

കേരളത്തിലെ ഒരു ആദിവാസി വർഗ്ഗമായ കാടർ, ഭാര്യ ഗർഭിണിയായാൽ അന്യസ്ത്രീയെ പ്രാപിക്കുമായിരുന്നു. ഗർഭിണിയായ ഭാര്യയിൽനിന്നും അകന്നു കഴിയുകയും ചെയ്യും. മലയപ്പുലയർ ഭാര്യ ഗർഭി

ണിയായിരിക്കുമ്പോൾ മൃഗങ്ങളെ കൊല്ലുകയോ, ശവമഞ്ചം ചുമക്കുകയോ പുരമേയുകയോ ക്ഷൗരം ചെയ്യുകയോ ഇല്ല. ഇത്തരം കർമ്മങ്ങൾ ഗർഭസ്ഥശിശുവിനെ പ്രതികൂലമായി ബാധിക്കുമെന്ന് വിശ്വസിക്കുന്നു. മലവെട്ടുവർ പ്രസവിക്കാറായ സ്ത്രീയെ ഒരു കുഴിയിൽ ഇരുത്തുന്നു. പ്രസവവേദന അനുഭവിക്കുന്ന ആ സ്ത്രീയെ ആരും സഹായിക്കുകയില്ല. അങ്ങോട്ടു അടുത്തു ചെല്ലാൻ ആരും തയ്യാറാവുകയുമില്ല. പ്രസവം നടന്ന് കുട്ടിയുടെ കരച്ചിൽ കേട്ടാൽ ശുശ്രൂഷയ്ക്ക് പോവും.

ഊരാളികൾ ഗർഭിണിയായ സ്ത്രീയെ പ്രസവകാലമടുത്താൽ ഒറ്റക്കിടുന്നു. ഒരു കുടം വെള്ളം അവളുടെ അടുത്തു വെച്ചിരിക്കും. ആദ്യത്തെ പ്രസവസമയം ആവശ്യമായ നിർദ്ദേശങ്ങൾ നൽകാൻ ഒരു പ്രായമായ സ്ത്രീ അകലെ നിൽക്കുന്നുണ്ടാവും. ഈ നിർദ്ദേശങ്ങൾക്കനുസരിച്ച് പ്രസവശുശ്രൂഷ സ്വയം നിർവ്വഹിക്കണം.

മലപ്പണ്ടാരങ്ങൾ ഗർഭിണിയെ പ്രസവത്തിനായി പ്രത്യേകം കുടിലിൽ താമസിപ്പിക്കുന്നു. പ്രസവിച്ച സ്ത്രീകളെ ആ കുടിലിനു പുറത്തു കണ്ടാൽ കാട്ടുമൃഗങ്ങൾ പിടിച്ചുകൊണ്ടുപോകുമെന്നു വിശ്വസിക്കുന്നു. അതിനാൽ പ്രസവത്തിന്റെ അശുദ്ധി തീരുംവരെ അമ്മയും കുഞ്ഞും കുടിലിന്നകത്തുതന്നെ കഴിയണം.

അമ്പതുവർഷംമുമ്പുവരെ പ്രസവത്തോടെയുള്ള സ്ത്രീകളുടെ മരണം കേരളത്തിലും അപൂർവ്വമായിരുന്നില്ല. നാടൻ വയറ്റാട്ടിമാരാണ് പ്രസവശുശ്രൂഷയ്ക്ക് നിന്നിരുന്നത്. പ്രസവസമയത്ത് ഗർഭിണി ഞരങ്ങുകയും കരയുകയും ചെയ്യുന്നത് പുറത്തു കേൾക്കാതിരിക്കാൻ വായ പൊത്തിപ്പിടിക്കുക, അനുസരണക്കേടു കാണിക്കുന്നവരെ കവിളിൽ നുള്ളി വേദനിപ്പിക്കുക, അത്യാവശ്യം കൈക്രിയകൾ നടത്തുക. ഇതൊക്കെ പതിച്ചിയുടെ പതിവായിരുന്നു.

ആധുനികവൈദ്യശാസ്ത്രത്തിന്റെ ഈറ്റില്ലവും പോറ്റില്ലവുമായ യൂറോപ്യൻ നാടുകളിൽ പ്രസവത്തിന് ആശുപത്രികളിലെത്തുന്നവരുടെ എണ്ണം കുറഞ്ഞുവരുന്നത്രേ. പ്രസവം ഒരു പ്രകൃതി പ്രതിഭാസമാണെന്ന നിലയിൽ വിദഗ്ദ്ധകളായ വയറ്റാട്ടിമാരുടെ പരിരക്ഷണത്തിൽ സ്വന്തം വീടുകളിൽ പ്രസവിക്കാനാണ് സ്ത്രീകൾക്ക് താല്പര്യം. ഹോളണ്ടിൽ ഇപ്പോൾ അറുപതു ശതമാനത്തിലധികം പ്രസവം വീടുകളിൽത്തന്നെയാണ് നടക്കുന്നത്.

വേദനയില്ലാത്ത പ്രസവം എന്ന ആശയത്തിന്റെ സാക്ഷാൽക്കാരത്തിനായി പല രീതികളും പരീക്ഷിക്കപ്പെട്ടിട്ടുണ്ട്. ഗർഭിണിയെ വെള്ളത്തിലിരുത്തി പ്രസവിപ്പിക്കുകയെന്നത് ഇങ്ങിനെ കണ്ടുപിടിക്കപ്പെട്ട ഒരു

മാർഗ്ഗമാണ്. ഹംഗറിയിൽ പ്രസവമടുത്ത സ്ത്രീകൾക്ക് കൂടുതൽ വിഷമം അനുഭവപ്പെടുമ്പോൾ പരിചാരികമാരിലാരെങ്കിലും ഒരു കോഴി മുട്ട നിലത്തേക്കിടുന്നു. മുട്ട നിലത്തുവീഴുന്നതോടെ പൊട്ടുമല്ലോ. ഇതു പോലെ എത്രയും പെട്ടെന്ന് ആയാസരഹിതമായി പ്രസവം നടക്കുമെന്ന് അവർ വിശ്വസിക്കുന്നു.

ഗ്രീക്ക് റോമൻ സംസ്കാരങ്ങളുടെ അധഃപതനം പ്രസവശുശ്രൂഷാ രംഗത്തും പ്രതിഫലിക്കുകയുണ്ടായി. ജന്മസിദ്ധമായ ഒരു ശാരീരിക ധർമ്മമെന്ന നിലയിൽ പ്രസവത്തെ കണക്കാക്കുകയും ഗർഭിണിയെ പ്രത്യേകം സംരക്ഷിക്കണമെന്ന പഴയ വീക്ഷണം ഉപേക്ഷിക്കുകയും ചെയ്തു. മധ്യകാലത്തെ ക്രൈസ്തവ പൗരോഹിത്യം ഗർഭധാരണത്തെ പാപഭാരമായും പ്രസവവേദനയെ പാപഫലമായും കണക്കാക്കി. ഇത് ഗർഭിണികളെ പരിചരിക്കുന്നതിൽനിന്നും പ്രസവശുശ്രൂഷ യഥാസമയം നൽകുന്നതിൽനിന്നും സാധാരണക്കാരെ വിമുഖരാക്കി. പ്രസവം മരണത്തോടടുത്ത ഒരു ജീവിതസന്ധിയായി പരിഗണിക്കപ്പെട്ടു. പ്രസവസമയം ഗർഭിണികൾ മരിക്കുക സാധാരണയായതുകൊണ്ട് ഗർഭസ്ഥ ശിശുവിനെ പരേതയുടെ വയറ്റിൽവെച്ചു കൊല്ലുന്നതിന് ഗർഭാശയക്കുഴലുകൾ നിർമ്മിക്കപ്പെട്ടു. പ്രസവത്തിന് വിഷമം നേരിടുമ്പോൾ പലപ്പോഴും അത് അമ്മയുടെയും മരണത്തിന് കാരണമായിത്തീരുന്നു. പതിനാറാംനൂറ്റാണ്ടിൽ യൂറോപ്യൻ നവോത്ഥാനത്തോടെ സ്ഥിതിയാകെ മാറി.

സ്വാൻഡിഷ് ഐലന്റിൽ പ്രസവം പൊതുസ്ഥലങ്ങളിൽ വെച്ചായിരുന്നു നടത്തിയിരുന്നത്. എല്ലാവർക്കും കാണാവുന്ന വിധം നടക്കുന്ന പ്രസവത്തിന് ശുശ്രൂഷകയായി ഒരു പ്രായമായ സ്ത്രീ സ്ഥലത്തുണ്ടായിരിക്കും.

യൂറോപ്പിൽ പ്രസവം എളുപ്പം നടക്കാൻ ഗർഭിണിയെ ഭയപ്പെടുത്തുന്നതിനായി തുറസ്സായ സ്ഥലത്ത് കിടത്തും. അവരുടെ നേരെ ഒരു കുതിരസവാരിക്കാരൻ കുതിരയെ ഓടിച്ചുകൊണ്ടുവരും. ഭയംകൊണ്ട് പ്രസവിച്ചുപോകുമെന്നു കരുതി ചിലയിടത്ത് ഗർഭിണിയെ മരത്തോട് കെട്ടിയിട്ട് വയറിൽ സമ്മർദ്ദമേൽപ്പിച്ചിരുന്നു. വയറ്റിനു മേലെ സമ്മർദ്ദമുണ്ടാകുമ്പോൾ എളുപ്പം കുഞ്ഞു പുറത്തുവരുമെന്നും കരുതി ഗർഭിണികളെ നിലത്തിട്ട് ഉരുട്ടുകയും ഉയരത്തിൽനിന്ന് തള്ളിയിടുകയുമായിരുന്നു പ്രസവിക്കാനുള്ള പുരാതന മാർഗ്ഗം. ഗർഭിണിയെ പട്ടിണി കിടത്തിയും എളുപ്പം പ്രസവം സാധിക്കും എന്ന് ചിലർ കരുതിയിരുന്നു.

ദൈവത്തിന്റെ അനുഗ്രഹം

പുരാതന യവനന്മാർ പ്രസവസമയത്ത് ആത്മീയഗീതങ്ങൾ ആലപിക്കാറുണ്ടായിരുന്നു. പുരോഹിതന്മാരാണ് കാർമ്മികർ. ദൈവകൃപയ്ക്ക് വേണ്ടി ഭക്തിഗാനങ്ങൾ ആലപിച്ചുകഴിഞ്ഞാൽ അവർ ഗർഭിണിയുടെ മുഖത്ത് തുപ്പും.

പ്രസവം എളുപ്പമാക്കാനുള്ള താന്ത്രിക കർമ്മമെന്ന നിലയിൽ ഈ ചടങ്ങ് പ്രചാരത്തിലായിരുന്നു. പുരോഹിതന്മാരും മറ്റു പരിചാരകരും സ്ഥലം വിട്ടാൽ ദൈവീക അനുഗ്രഹത്താൽ പ്രസവം നടക്കുമെന്നായിരുന്നു വിശ്വാസം.

പ്രസവക്കസാല

യഹൂദന്മാർ പ്രസവസമയത്ത് ഗർഭിണികൾക്ക് ഇരിക്കുന്നതിനായി പ്രത്യേകതരം കസാലകൾ പുരാതനകാലം മുതൽ ഉപയോഗിച്ചിരുന്നു. പതിനേഴാംനൂറ്റാണ്ടുവരെ പ്രസവക്കസാല പ്രചാരത്തിലായിരുന്നു. ഏറ്റവും വൃത്തിയായ പരിസരത്തുവെച്ച് ശ്രദ്ധയോടെ പ്രസവശുശ്രൂഷ നടത്തിയിരുന്നു. യഹൂദർ മതപരമായ അനുഷ്ഠാനമെന്ന നിലയിൽ പ്രസവാനന്തര കർമ്മങ്ങളെ കണക്കാക്കിയിരുന്നു.

മതാദ്ധ്യക്ഷന്മാരുടെ ചുമതല

ഈജിപ്തിൽ മതാദ്ധ്യക്ഷന്മാരുടെ ചുമതലയിലായിരുന്നു പ്രസവം നടന്നിരുന്നത്. പ്രസവം, പ്രസവശുശ്രൂഷ, ശിശുപരിചരണം തുടങ്ങിയ കാര്യങ്ങളിൽ ആവശ്യമായ നിർദ്ദേശങ്ങൾ പുരോഹിതന്മാർ യഥാകാലം നൽകുമായിരുന്നു.

വീരമാതാവ്

പഴയ സോവിയറ്റ് യൂണിയനിൽ കൂടുതൽ പ്രസവിക്കുകയെന്നത് ഔദ്യോഗിക ബഹുമതി കിട്ടുന്നതിനുള്ള യോഗ്യതയായിരുന്നു. വീരമാതാവ് എന്ന് ഏറ്റവും കൂടുതൽ മക്കളുള്ള സ്ത്രീ വാഴ്ത്തപ്പെട്ടു. സ്ത്രീകൾക്ക് അക്കാലത്ത് പ്രസവാവധി 112 ദിവസമായിരുന്നു. പ്രസവത്തിന് മുമ്പ് 56 ദിവസവും പ്രസവത്തിന് ശേഷം 56 ദിവസവും. ഇരട്ട

പ്രസവിച്ചവർക്ക് 56 ദിവസത്തിനു പുറമെ 20 ദിവസത്തെ അവധിയും അനുവദിച്ചിരുന്നു.

പുരുഷന് പ്രസവാവധി

സ്വീഡനിൽ ഭാര്യയും ഭർത്താവും ജോലി ചെയ്യുന്ന കുടുംബങ്ങളിൽ കുട്ടി പിറന്നാൽ ശിശുപരിചരണത്തിന് ഭർത്താവിന് ശമ്പളത്തോടുകൂടിയ അവധി അനുവദിക്കുന്നു.

കേരളത്തിൽ പ്രസവകാലചര്യ പല ജനങ്ങൾക്കിടയിലും പലതരത്തിലായിരുന്നു. കാനനവാസികളും കൊട്ടാരവാസികളും തങ്ങളുടെ ഭൗതികസാഹചര്യങ്ങൾക്കനുസരിച്ച് അമ്മയെയും കുഞ്ഞിനെയും പരിചരിച്ചു. പഴയ ഇല്ലങ്ങളിൽ പ്രസവശുശ്രൂഷ അമ്പത്താറുമുതൽ തൊണ്ണൂറുദിവസം വരെയാണ്. ഒരേതരത്തിൽ മലർന്നുകിടക്കുക, വെള്ളം ചായ , കാപ്പി, കഞ്ഞി തുടങ്ങിയവ കുടിക്കരുത്. ജലാംശം അധികമായാൽ വയർ പഴുക്കുമെന്നായിരുന്നു വിശ്വാസം. അതുകൊണ്ട് ചോറും എരിവില്ലാത്ത കറിയുമാണ് പ്രധാന ഭക്ഷണം.

പച്ചമരുന്ന് ഇടിച്ചിട്ട് വേവിച്ച ചൂടുവെള്ളത്തിൽ കുളിക്കുക, അങ്ങാടി മരുന്ന്, പച്ചമരുന്ന്, ചുവന്നുള്ളി, വെളുത്തുള്ളി എന്നിവയും ചേർത്ത് എണ്ണയിൽ തയ്യാറാക്കിയ മരുന്നും അയമോദകം പൊടിച്ചതും ഒപ്പം കഴിക്കണം.

ഡയാമിൽ ആദ്യമായി പ്രസവിച്ച സ്ത്രീകൾ ഒരു മാസം വയറും പുറവും ചൂടുകൊള്ളിക്കുന്നു. ഇതിനായി പ്രസവമുറിയിൽ രണ്ടടിദൂരെ പ്രത്യേകം അടുപ്പുകൾ നിർമ്മിച്ചിരുന്നു. രാവും പകലും ഈ ചൂട് ഏൽക്കണം. മാതാവിനും കുഞ്ഞിനും ജീവിതത്തിലുണ്ടാവാനിടയുള്ള കഷ്ടപ്പാടുകൾ ഇതോടെ തീരുമെന്ന് അവർ വിശ്വസിച്ചു. രണ്ടാമത്തെ പ്രസവം മുതൽ ചൂടേൽക്കുന്നത് അഞ്ചുദിവസം മാത്രം മതി.

ഇന്തോനേഷ്യയിൽ പ്രസവിച്ച സ്ത്രീകൾക്ക് ഔഷധമായി നൽ കുന്ന ഒരു പരമ്പരാഗത ചികിത്സാരീതിയാണ് ജമ്മു. പച്ചിലകളും വേരുകളും കിഴങ്ങുകളും മറ്റും ചേർത്തുണ്ടാകുന്ന ഈ നാടൻമരുന്ന് ശേഖരിക്കുന്നതും ഉണ്ടാക്കുന്നതും സ്ത്രീകളാണ്. കുളിച്ച് ശുഭ്രവസ്ത്രധാരിണികളായിട്ടാണ് ഇതൊക്കെ ചെയ്യുന്നത്. ഗർഭാശയരോഗങ്ങൾ, സൗന്ദര്യ സംരക്ഷണം എന്നിവയ്ക്കും ജമ്മു ഔഷധമായി ഉപയോഗിക്കുന്നു. അപ്പോൾ മരുന്നിൽ വ്യത്യസ്ത ചേരുവകൾ കൂടും. അമ്മമാർ മക്കൾക്ക് കൈമാറുന്ന അറിവാണ് ജമ്മു നിർമ്മാണത്തിന്റെ അടിസ്ഥാനം. അത്

പരമരഹസ്യവുമാണ്.

കേരളത്തിൽ തുളു ബ്രാഹ്മണർക്കിടയിൽ ഗർഭിണികൾ, ഗർഭാരംഭം മുതൽ ആചാരപ്രകാരം രാവിലെ മന്ത്രങ്ങൾ ചൊല്ലി വിശിഷ്ടമാക്കിയ വെണ്ണ കഴിക്കുന്നു. പിന്നീട് കുറുന്തോട്ടിക്കഷായം പാൽചേർത്ത് കഴിക്കും. വൈകിട്ട് കുളിച്ച് അമ്പലത്തിൽ നൂറ്റിഒന്ന് പ്രദക്ഷിണം വെക്കും. ഉത്തമഗ്രന്ഥങ്ങൾ വായിക്കും. ഗർഭസ്ഥശിശുവിന്റെ ബുദ്ധി അതുമൂലം വികസിക്കുമെന്ന് വിശ്വസിക്കുന്നു.

പുംസവനം

ബ്രാഹ്മണരുടെ സംസ്കാരക്രിയകളിൽ ഒന്നാണ് പുംസവനം. മൂന്നാം മാസത്തിൽ പുംസവനം ചെയ്യണം എന്നാണ് ആചാരവിധി. ആദ്യഗർഭമാണെങ്കിൽ നാലാംമാസത്തിലും ആകാം. അഞ്ചാംമാസത്തിൽ ഒരിക്കലുമരുത്. ഞായറാഴ്ചയോ ചൊവ്വാഴ്ചയോ ആയാലും വിരോധമില്ല. പൂയമുള്ള സമയം തന്നെയാവണം. പുംസവനം ചടങ്ങ് ഇങ്ങിനെയാണത്രെ. ഔപാസനത്തിൽ ഇരുന്ന്, പവിത്രനിട്ട്, വിളക്കത്തു പണംവെച്ച്, ഗണപതി നിവേദിച്ചു, ഗർഭിണിയെ പുണ്യാഹം ചെയ്ത് മന്ത്രം ചൊല്ലും. പത്നിയുടെ വലത്തുകൈ കഴുകിച്ച് അതിൽ തൈരു വീഴ്ത്തി ഒരു യവം കിഴക്കഗ്രമായി വെച്ച് രണ്ടു ഉഴുന്നുമണി ആ യവതിന്റെ തെക്കും വടക്കും വെളുപ്പുള്ളേടം യവത്തിൽ തട്ടുമാറു വെച്ച് മീതെയും തൈര് വീഴ്ത്തി തന്റെ എടത്തു കൈ ചോടെയും വലത്ത് കൈ മീതെയും വിരലൊപ്പിച്ച് അവളുടെ കൈ പൊത്തി മൂന്നുതവണം കിംവിബസി എന്ന് ചോദിക്കുകയും പുംസവനം എന്ന് അവളെക്കൊണ്ട് ഉത്തരം പറയിപ്പിക്കുകയും ചെയ്ത്, അവളെക്കൊണ്ട് ആ തൈര് കുടിപ്പിക്കുക. അങ്ങിനെ മൂന്നുതവണ ചെയ്യണം. പിന്നീട് കറുക കുത്തിപ്പിഴിഞ്ഞ് നീര് ശംഖിലൊഴിച്ച് അത് വലത്തേ മൂക്കിൽ മന്ത്രം ചൊല്ലി അല്പം ഇറ്റിക്കുന്നു.

സീമന്തം

കേരളീയ ബ്രാഹ്മണരുടെ ഇടയിൽ നടപ്പുള്ള മറ്റൊരു ഗർഭശുശ്രൂഷാ ചടങ്ങാണ് സീമന്തം. നാലാംമാസത്തിലാണ് ഇത് ചെയ്യേണ്ടത്. ആദ്യ ഗർഭത്തിന് ചെയ്താൽ മതി. വല്ല കാരണവശാലും ആദ്യഗർഭകാലത്ത് ചെയ്തില്ലെങ്കിൽ പിന്നീട് എല്ലാ ഗർഭകാലത്തും ഇത് ചെയ്യണം. ജീവ

നോടുകൂടി ഒരു പ്രജയെ പ്രസവിക്കുന്നതുവരെ ചെയ്താൽ മതി എന്നുമുണ്ട്. ഈ പ്രസ്താവനയുടെ വരികൾക്കിടയിൽ വായിച്ചാൽ പണ്ടുകാലത്ത് പ്രസവത്തോടെയുള്ള ശിശുമരണം അധികമാണെന്നു മനസ്സിലാക്കാം. സീമന്തത്തിന്റെ ചടങ്ങ് ഗർഭം ഗണപതിക്ക് നിവേദിച്ച് ആരംഭിക്കുന്നു. കായയുഗമായുള്ള ഒരു അത്തിക്കുല, മൂന്നേടത്തു വെളുപ്പുള്ള ഒരു എയ്യിൻമുള്ള്, മൂന്ന് ദർദളം കൂട്ടിക്കെട്ടിയതും ഒരു വീണയും വില്ലും ഒരുക്കുന്നു. എയ്യിൻമുള്ളും അത്തിക്കുലയും ദർദളയും കൂട്ടിക്കെട്ടിയതും.

കൃത്രിമ ബീജസങ്കലനത്തിലൂടെ സന്താനോൽപ്പാദനം നടത്താൻ ഗർഭപാത്രം വാടകയ്ക്ക് കൊടുക്കുന്ന അമ്മമാർ ഇന്ന് ലോകത്തിൽ അപൂർവ്വമല്ല. വടക്കേ ലണ്ടനിലെ വിക്ടോറിയ പ്രസവാശുപത്രിയിലാണ് ആദ്യത്തെ കൃത്രിമ ബീജസങ്കലനത്തിലുള്ള കുഞ്ഞ് പിറന്നത്. ഗർഭപാത്രം വാടകയക്ക് കൊടുത്ത് ചരിത്രം സൃഷ്ടിച്ച യുവതിയുടെ പേര് കിംകോട്ടൻ. 80000 രൂപയാണ് സന്താനമില്ലാത്ത ദമ്പതിമാർ ഗർഭപാത്രത്തിനുള്ള വാടകയായി ഇരുപത്തിയെട്ടുകാരി കിംകോട്ടന് നൽകിയത്.

ദമ്പതിമാരിൽ ആർക്കെങ്കിലും ഒരാൾക്കുള്ള വൈകല്യംകൊണ്ട് സാധാരണ നിലയിലുള്ള സ്ത്രീപുരുഷസംയോഗം കൊണ്ട് സന്താനോല്പാദനം അസാധ്യമാണെങ്കിൽ കൃത്രിമ ഗർഭോല്പാദനമാർഗ്ഗം സ്വീകരിക്കുന്ന രീതി ഇന്ന് സാർവ്വത്രികമായിരിക്കുന്നു. പുരുഷബീജം പ്രത്യേകം ശേഖരിച്ച് സ്ത്രീയിൽ നിക്ഷേപിച്ച് അണ്ഡവുമായി യോജിപ്പിക്കുന്നു. സ്ത്രീയുടെ ഗർഭപാത്രത്തിൽ ഭർത്താവിന്റെ ബീജത്തിൽത്തന്നെ ഒരു കുഞ്ഞ് വളരുന്നു. ഈ രീതിയിൽ രണ്ടു കുട്ടികളുടെ അമ്മയായിത്തീർന്ന ഒരു സ്ത്രീ, അവർക്കെതിരെയുള്ള കേസ് കൽക്കത്താ കോടതിയിലെത്തുകയുണ്ടായി. ഇത്തരത്തിലുള്ള ഇന്ത്യയിലെ ആദ്യ ത്തെ കേസ്സാണിത്.

ഭർത്താവിന് സന്താനോല്പാദനശേഷി തീരെയില്ലാതിരിക്കുകയോ പുരുഷബീജങ്ങൾ ഭാര്യയുടെ അണ്ഡവുമായി ചേരാൻ പ്രാപ്തിയില്ലാതെ വരികയോ ചെയ്താൽ മറ്റൊരു പുരുഷനിൽനിന്നും ശേഖരിക്കുന്ന ബീജങ്ങൾ സ്ത്രീയിൽ നിക്ഷേപിച്ച് കൃത്രിമ ഗർഭോൽപ്പാദനം നടത്തുന്നു. അതുപോലെ പുരുഷബീജങ്ങൾ സ്വീകരിച്ച് ഗർഭസ്ഥാവസ്ഥയിലെത്തിക്കാൻ കഴിയാത്ത വിധം ദുർബലമോ വികലമോ ആയ ഗർഭപാത്രമുള്ള ഭാര്യയ്ക്ക് പകരം മറ്റൊരു സ്ത്രീയുടെ ഗർഭപാത്രത്തിൽ ബീജങ്ങൾ നിക്ഷേപിച്ച് സന്താനോല്പാദനം നടത്തുന്നു.

സ്ത്രീയുടെ അണ്ഡവും പുരുഷബീജവും ടെസ്റ്റ് ട്യൂബുകളിൽ ശേഖരിച്ച് കൃത്രിമമായ സാഹചര്യത്തിൽ സംയോജിച്ച് ഭ്രൂണത്തെ

വളർത്തിയെടുക്കുക സാധ്യമാകണമെങ്കിലും ആ ഭ്രൂണം വളരാൻ ഒരു മനുഷ്യസ്ത്രീയുടെ ഗർഭപാത്രം ഇന്ന് ആവശ്യമുണ്ട്. നാളെ കൃത്രിമമായ ഒരു ഗർഭപാത്രം സൃഷ്ടിക്കാൻ അതിൽ അമ്മയുടെ സ്പർശമില്ലാതെ ഒരു കുഞ്ഞ് വളരാനും ഇടയായേക്കും. അങ്ങിനെയെങ്കിൽ ഏറ്റവും മികച്ച സങ്കരയിനം മനുഷ്യശിശുക്കളെ ഉല്പാദിപ്പിക്കുന്ന ഒരു പരീക്ഷണശാല ഫാക്ടറി നാളെ ഉണ്ടാവാം.

പുരാതനഭാരതത്തിലെ നീതിശാസ്ത്രമനുസരിച്ച് ദമ്പതികൾക്ക് പുത്രനില്ലാതിരുന്നാൽ ധർമ്മലോപം ഉണ്ടാവുമെന്ന് കരുതുന്നു. ശ്രാദ്ധകർമ്മത്തിന് ഒരു പുത്രൻ കൂടിയേ തീരൂ. അതുകൊണ്ട് മനുസ്മൃതി പറയുന്നു. പുത്രനില്ലാതെ ആ കുലം നശിക്കുന്നതായിരുന്നാൽ ആ സ്ത്രീ തന്റെ ഭർത്താവ് മുതലായവരുടെ അനുവാദത്തോടുകൂടി തന്റെ ഭർത്താവിന്റെ അനുജനെയോ സവിണ്ഡകനെയോ പ്രാപിച്ച് കുലത്തിന് യോഗ്യനായ ഒരു സന്താനത്തെ ഉണ്ടാക്കിക്കൊള്ളണം.

കുഞ്ഞിന്റെ സംരക്ഷണത്തിന് ഒരു പുത്രനെ ജനിപ്പിക്കുവാൻ വിധവയ്ക്കും മനുസ്മൃതി അനുവാദം നൽകുന്നു. 'മഹാന്മാരുടെ അനുവാദത്തോടുകൂടി വിധവയെ പ്രാപിക്കാൻ പോകുന്നവൻ തന്റെ ദേഹമെല്ലാം നെയ് പുരട്ടിക്കൊണ്ട് രാത്രിയിൽ ഇരുട്ടുള്ള സ്ഥലത്തുവെച്ച് അവളെ പ്രാപിക്കണം. ഒരു പുത്രനെ മാത്രം ജനിപ്പിക്കേണ്ടതാകുന്നു. രണ്ടാമതൊരു പുത്രനെ ഒരിക്കലും ജനിപ്പിക്കരുത്.'

മഹാഭാരതം എഴുതിയ വേദവ്യാസൻ, സത്യവതിയിൽ പരാശരമഹർഷിക്ക് ജനിച്ചു. പിന്നീട് സത്യവതിയെ ശന്തനു മഹാരാജാവ് വിവാഹം ചെയ്ത് ചിത്രാംഗദനും വിചിത്രവീര്യനും പിറന്നു. വിചിത്രവീര്യന്റെ ഭാര്യമാരാണ് അംബികയും അംബാലികയും. കുട്ടികൾ ജനിക്കുന്നതിനുമുമ്പേ വിചിത്രവീര്യൻ മരണമടഞ്ഞു.

രാജവംശം അന്യം നിന്നുപോകുമെന്നതിനാൽ സത്യവതി വ്യാസനെ കൊട്ടാരത്തിലേക്ക് വരുത്തുകയും അംബികയിലും അംബാലികയിലും പുത്രോല്പാദനം നടത്താൻ ആവശ്യപ്പെടുകയും ചെയ്തു. അംബികയിൽ ധൃതരാഷ്ട്രരും അംബാലികയിൽ പാണ്ഡുവും ജനിച്ചു. മനുസ്മൃതി അനുവദിക്കുന്ന ധർമ്മനീതിയാണ് ഈ കഥയിലൂടെ വെളിവാകുന്നത്.

'പുത്രനില്ലാതായാലും മറ്റൊരുത്തനിൽനിന്നും പുത്രോല്പാദനം ചെയ്തു കൊള്ളേണ്ടതിനായി ദ്വിജന്മാർ അനുമതി ചെയ്യരുതാത്തതാകുന്നു. അങ്ങിനെ ചെയ്താൽ അവൾ ചിരസ്ഥയായ പാതിവ്രത്യധർമ്മത്തെ നശിപ്പിച്ചു കളയുന്നതാണ്.' എന്ന് മനുസ്മൃതി ബ്രാഹ്മണരെ

ഉപദേശിക്കുകയും ചെയ്യുന്നു. എടുത്ത് അവളുടെ പിന്നിൽനിന്നുകൊണ്ട് വലതുകൈകൊണ്ട് അവളുടെ നെറ്റിയിൽക്കൂടി പിൻകഴുത്തിലോളം മുള്ളിന്റെ കടകൊണ്ടുമാത്രം മന്ത്രം ചൊല്ലി നാലു പ്രാവശ്യം കീറി വരക്കുക. തുടർന്ന് മുള്ള് അവളുടെ തലമുടിയിൽ തിരുകുക. പിന്നീട് വീണയിൽ പാട്ടുണ്ടാവും. ചടങ്ങു കഴിഞ്ഞാൽ പുത്രനുള്ള മംഗല്യസ്ത്രീ വന്ന് അവളെ കൈ പിടിച്ച് എഴുന്നേൽപ്പിച്ച് അകത്തേക്ക് കൂട്ടിക്കൊണ്ടുപോവുന്നു.

പുളികുടി

കേരളത്തിൽ നമ്പൂതിരിമാരൊഴിച്ചുള്ള ജനവിഭാഗങ്ങൾ പുംസവനം എന്ന ചടങ്ങിനു തുല്യമായി നടത്തുന്ന ഗർഭശുശ്രൂഷയ്ക്ക് പുളികുടി എന്നാണ് പേരു പറയുക. പ്രാദേശികമായി പുംങ്ങം എന്നും പറയപ്പെടുന്നു. ഗർഭകാലത്ത് ഒമ്പതാംമാസത്തിലാണ് ഈ ചടങ്ങ് നടത്തുക. അന്ന് അമ്പഴത്തിന്റെ ഒരു കൊമ്പ് മുറ്റത്ത് കുഴിച്ചിടുന്നു. കുളിച്ച് കുറിയിട്ട് ആഭരണങ്ങളണിഞ്ഞ് ഗർഭിണി വടക്കിനിയിൽ കിഴക്ക് മുഖമായി ഇരിക്കുന്നു. അമ്മാവന്റെ ഭാര്യ അമ്പഴത്തില പറിച്ച് തിരുമ്മി ഒരു പാത്രത്തിൽ അതിന്റെ ചാറ് എടുക്കുന്നു. ഗർഭിണിയുടെ സഹോദരൻ അമ്പഴത്തിന്റെ ചാറ് അവൾക്ക് കുടിക്കാൻ കൊടുക്കുന്നു. നേരിട്ട് കൊടുക്കുകയില്ല. വായതുറന്ന് പിടിച്ച് ഗർഭിണി ഇരിക്കണം. അപ്പോൾ ഒരു പീശാകത്തി നിവർത്തി അതിനു മുകളിലൂടെ ചാറ് ഒഴിക്കും. ഗർഭിണി അതു കുടിക്കും. കുട്ടി ആണോ പെണ്ണോ എന്നറിയാനുള്ള ഒരു പരീക്ഷണവും അപ്പോൾ നടത്തിക്കും. മുമ്പേ കെട്ടിവെച്ച് പലതരം ധാന്യക്കിഴികളിൽനിന്ന് ഗർഭിണി ഒന്നെടുക്കും. അത് അഴിച്ചുനോക്കി ലക്ഷണംകൊണ്ട് ആണോ പെണ്ണോ എന്ന് ഊഹിക്കും.

അഞ്ചാംമാസത്തിനും ഏഴാംമാസത്തിനും ഇടയ്ക്ക് ഗർഭിണികളുടെ പുളികുടി എന്ന ചടങ്ങ് ആഘോഷപൂർവ്വം നടത്തുന്ന പതിവും ഉണ്ടായിരുന്നു. വടക്കേ മലബാറിൽ പുളികുടി ചടങ്ങിനോടൊപ്പം തെയ്യംകെട്ടും നടത്തിയിരുന്നു. വാളൻ പുളി കലക്കിയ കൊഴുത്ത വെള്ളംതന്നെയാണ് ഗർഭിണികളെക്കൊണ്ട് കുടിപ്പിക്കുന്നത്. ആദിവാസികൾക്കിടയിൽ പുളിയില ഇടിച്ചുപിഴിഞ്ഞ വെള്ളമാണ് കുടിപ്പിച്ചിരുന്നത്. മലവേടൻ ഗർഭിണിയെ കാലിന്റെ പെരുവിരലുകൾ ബന്ധിച്ച് ഒരു നിറപാത്രത്തിൽ നിർത്തുന്നു. മന്ത്രവാദിയുടെ നേതൃത്വത്തിൽ പുളി ചേർത്ത ഏഴുരുള ചോറും പുളിയില ഇടിച്ചുപിഴിഞ്ഞ ഏഴുകരണ്ടി പുളിവെള്ളവും അവളെ

കുടിപ്പിക്കുന്നു. അവൾ നിന്ന പാത്രത്തിലെ വെള്ളം ഭർത്താവ് അവളുടെ തലയിൽ ഒഴിക്കുന്നു.

കുവാദ്

പ്രസവം സ്ത്രീകളുടെ ശരീരഘടനയുടെ സവിശേഷധർമ്മമാണ്. എന്നാൽ ഭാര്യ പ്രസവിച്ചുകിടക്കുമ്പോൾ ഭർത്താവിനും പരിചരണം നൽകുന്ന സമ്പ്രദായത്തെയാണ് കുവാദ് എന്നുപറയുന്നത്. ജനിച്ച കുഞ്ഞിനെ സംബന്ധിച്ച ഉത്തരവാദിത്വം ഭാര്യയ്ക്കും ഭർത്താവിനും തുല്യമാണെന്ന് സങ്കല്പം. ഭാര്യ പ്രസവിച്ചുകിടക്കുമ്പോൾ ഭർത്താവ് അന്യസ്ത്രീകളുടെ അടുത്തു പോകുമെന്ന ഭയം ഇതൊക്കെയാണ് കുവാദിന് കാരണമായ അടിസ്ഥാന സാമൂഹ്യവീക്ഷണമെന്ന് കരുതപ്പെടുന്നു.

ബ്രസീൽ, ബോർണിയയോ, ഗ്രീൻലാന്റ്, സ്പെയിൻ, ഫ്രാൻസ്, ഇന്ത്യ എന്നിങ്ങനെ അനേക രാജ്യങ്ങളിൽ ഈ ആചാരം അടുത്ത കാലം വരെയുണ്ടായിരുന്നു.

ഭർത്താവിന് തൊട്ടിൽ

ഗയാനയിൽ ഭാര്യ പ്രസവിച്ചുകിടക്കുമ്പോൾ അടുത്തുതന്നെ ഒരു തൊട്ടിൽ കെട്ടി ഭർത്താവിനെ അതിൽ കിടത്തുന്നു. പ്രസവശുശ്രൂഷ അയാൾക്ക് ലഭിക്കും. കുഞ്ഞിനെ പ്രസവിച്ച ഭാര്യ പ്രത്യേക പരിചരണമൊന്നും ലഭിക്കാതെ സാധാരണ നിലയിൽ വീട്ടുജോലികൾ ചെയ്യേണ്ടിയിരുന്നു. സമൂഹത്തിൽ പുരുഷനുള്ള ആധിപത്യവും സന്താനോല്പാദനത്തിൽ പുരുഷന്റെമേൽ ആരോപിക്കപ്പെട്ട ദിവ്യത്വവുമാണ് ഇതിന് കാരണമായത്.

ഗർഭം അലസിപ്പോവാതിരിക്കാൻ

ആഫ്രിക്കയിൽ എൽഗോൺപർവ്വതത്തിലെ ബഗേസ് വർഗ്ഗക്കാർ തങ്ങളുടെ ഭാര്യമാർ ഗർഭിണിയാണെന്നറിഞ്ഞാൽ ഉയർന്ന മരങ്ങളിലോ പാറകളിലോ കയറുകയില്ല. ഏതു തരത്തിലുള്ള വീഴ്ചയും ഭാര്യയുടെ ഗർഭം അലസിപ്പോകുന്നതിന് കാരണമാകുമെന്ന് അവർ കരുതുന്നു.

ഭാര്യ പ്രസവിച്ചാൽ ഈ വിലക്കില്ല. ഭാര്യയ്ക്ക് ലഭിക്കുന്ന പരിചരണം ഭർത്താവിനും അവകാശപ്പെട്ടതാണ്.

പ്രത്യേക ഭക്ഷണം

കോകോവിലെ ആദിവാസികൾ ഭാര്യ പ്രസവിച്ചാൽ പിന്നെ ചില പ്രത്യേകതരം ഭക്ഷണം മാത്രമേ കഴിക്കൂ. അവശതയനുസരിച്ച് അയാളും ഭാര്യയോടൊപ്പം കുറെനാൾ കിടക്കണം.

ടിബറ്റിൽ സ്ത്രീ പ്രസവിച്ചാൽ ഭർത്താവ് തല തുണികൊണ്ട് മൂടിക്കെട്ടി വേദന അനുഭവിക്കുന്നതുപോലെ ഞരങ്ങുകയും മൂളുകയും ചെയ്യും. പ്രസവിച്ച സ്ത്രീകളെ കുളിപ്പിക്കുന്നതുപോലെ അവനെ കുളിപ്പിക്കും. കുളി കഴിഞ്ഞുവരുന്ന ഭർത്താവിനു വേണ്ട ഭക്ഷണം പ്രസവിച്ച ഭാര്യ തന്നെയായിരിക്കും പാചകം ചെയ്യുന്നത്.

കുഞ്ഞിനെ മുലയൂട്ടുന്ന പുരുഷന്മാർ

ചൈനക്കാരുടെ ഇടയിലും കുവാദ് നടപ്പുണ്ടായിരുന്നു. വിക്ടോറിയാ ആൽബർട്ട് മ്യൂസിയത്തിൽ സൂക്ഷിച്ചിട്ടുള്ള പതിനെട്ടാംനൂറ്റാണ്ടിലെ ഒരു ചൈനീസ് ചിത്രത്തിൽ കുഞ്ഞിന് മുലകൊടുത്തുകൊണ്ട് മെത്തയിൽ കിടക്കുന്ന ഒരു പുരുഷനെ അവതരിപ്പിക്കുന്നു. ആ പുരുഷനുവേണ്ട ഭക്ഷണസാധനങ്ങളുമായി അവന്റെ ഭാര്യ അടുത്തുതന്നെ നിൽക്കുന്നു.

പ്രസവവേദന

അമേരിക്കയിലെ ആദിവാസികൾ ഭാര്യ പ്രസവിച്ചുകഴിഞ്ഞാൽ ഭർത്താവിനെ മൂടിപ്പുതപ്പിച്ച് കിടത്തുന്നു. പ്രസവ വേദന കൊണ്ടെന്നപോലെ പുരുഷൻ പുളഞ്ഞു കരയുന്നു. ഒരു രോഗിയെ എന്നപോലെ ആളുകൾ സ്പർശിക്കുകയും ആശ്വസിപ്പിക്കുകയും ചെയ്യുന്നു. നാല്പതുദിവസംവരെ ഇങ്ങനെ അവശതയോടെ കിടക്കണം. അവസാനദിവസം എല്ലാവരേയും ക്ഷണിച്ചു വരുത്തി സദ്യ നൽകുന്നു. അന്ന് ഭർത്താവിന്റെ ശരീരത്തിൽ ആചാരപരമായ ചടങ്ങുകളോടെ കാട്ടുമൃഗത്തിന്റെ പല്ലുകൾകൊണ്ട് കുത്തി മുറിവുണ്ടാക്കി മുളക് വെള്ളത്തിൽ കുളിപ്പിക്കുന്നു. വേദന സഹിച്ചുകൊണ്ട് ഭർത്താവ് സൽക്കാരത്തിൽ പങ്കുകൊള്ളു

കയും വീണ്ടും കുറച്ചുദിവസം കൂടി കുവാദ് പ്രകാരം പ്രത്യേക പരിചരണം നേടുകയും ചെയ്യുന്നു.

ഭർത്താവിന് തല്ല്

വെസ്റ്റ് ഇൻഡീസിലെ കാറിബ് മതക്കാർ പ്രസവിക്കാൻ കിടക്കുന്ന സ്ത്രീയുടെ ഭർത്താവിനെ ബലമായി പിടിച്ചുകിടത്തുന്നു. ഭാര്യ പ്രസവവേദന അനുഭവിക്കുമ്പോൾ അതിനു സമാനമായ വേദനയുണ്ടാവാൻ അവർ ഭർത്താവിനെ മർദ്ദിക്കുന്നു. ഭാര്യ പ്രസവിച്ചുകഴിഞ്ഞാൽ മർദ്ദനത്തിനിരയായ ഭർത്താവിനെയും അവർക്കൊപ്പം പരിചരിക്കുന്നു

പ്രസവവേദന ഭർത്താവിലേക്ക്

സ്കോട്ട്ലന്റുകാർ ഭാര്യയുടെ പ്രസവവേദന മന്ത്രംമൂലം ഭർത്താവിലേക്ക് സംക്രമിപ്പിക്കാൻ വേണ്ടിയുള്ള ആഭിചാരകർമ്മങ്ങൾ നടത്തുമായിരുന്നു. അങ്ങിനെ സ്ത്രീയുടെ വേദന കുറയുമെന്നാണ് വിശ്വാസം. പരുഷന്മാർ വേദനകൊണ്ട് അവശനാവുകയും ചെയ്യും.

ഭർത്താവിന് ഇരുട്ടുമുറി

ആഫ്രിക്കയിൽ ഭാര്യയ്ക്ക് പ്രസവവേദന തുടങ്ങിക്കഴിഞ്ഞാൽ ഭർത്താവിനെ ഇരുട്ടുമുറിയിൽ അടച്ചിടുന്ന സമ്പ്രദായമുണ്ടായിരുന്നു. പ്രസവം കഴിഞ്ഞ് അവൾ പുറത്തു വരുമ്പോഴേ ഭർത്താവിനും പുറത്തു വരാനാവൂ. അതുവരെ ഭർത്താവിനും പ്രത്യേക പരിചരണം കിട്ടും.

ദൈവനിയോഗം

ഇന്ത്യയിൽ കുവാദ് ആദിമഗോത്ര സമൂഹങ്ങളിലെല്ലാം ആചരിക്കപ്പെട്ടിരുന്നു. ഗുജറാത്തിലെ പിന്നോക്കജാതിക്കാർക്കിടയിൽ ഭാര്യ പ്രസവിച്ചുകഴിഞ്ഞാൽ സാധാരണ ദിനചര്യകളിലേർപ്പെടും. ഭർത്താവിന് പ്രസവാലസ്യവും അവശതയും അനുഭവപ്പെടും. ഇത് അവരുടെ ഗോത്രദേവതയുടെ നിയോഗമാണ്. അതിനാൽ പ്രസവാനന്തര ശുശ്രൂഷകൾ സ്വീകരിച്ച് ഭർത്താവ് ഒരിടത്ത് അടങ്ങിയൊതുങ്ങി കിടക്കുമായിരുന്നു.

അച്ഛൻ - രണ്ടാനമ്മ

ബ്രഹ്മപുത്രാ താഴ്വരയിലെ മിരി ജാതിക്കാരുടെ ഇടയിൽ കുട്ടിയുടെ അച്ഛനെ രണ്ടാമത്തെ അമ്മയായി കണക്കാക്കുന്നു. പ്രസവവേദന കൊണ്ട് ഭാര്യ പുളയുമ്പോൾ ഭർത്താവും അങ്ങിനെ അഭിനയിക്കുന്നു. പ്രസവം കഴിഞ്ഞ് നാല്പതു ദിവസം ഭാര്യയ്ക്കൊപ്പം ഭർത്താവിനും നല്ല ഭക്ഷണവും പരിചരണവും ലഭിക്കുമായിരുന്നു.

പെണ്ണായി വേഷം കെട്ടും

ആന്ധ്രപ്രദേശിലെ യെറു കുലന്മാർ ഭാര്യക്ക് പ്രസവവേദന തുടങ്ങിക്കഴിഞ്ഞാൽ ഭർത്താവിനെ അവളുടെ വസ്ത്രങ്ങളണിയിച്ച് നെറ്റിയിൽ കുങ്കുമവും ചാർത്തി അധികം വെളിച്ചമില്ലാത്ത മുറിയിൽ കൊണ്ടുപോയി പുതപ്പിച്ച് കിടത്തുന്നു. പ്രസവം കഴിഞ്ഞാൽ കുഞ്ഞിനെ അമ്മയുടെ അടുത്തുനിന്നും എടുത്ത് അച്ഛന്റെ അടുത്തുകൊണ്ടുപോയി കിടത്തുന്നു. പ്രസവശുശ്രൂഷയ്ക്കായി തയ്യാറാക്കുന്ന കായവും ശർക്കരയും മറ്റും ചേർത്ത മരുന്ന് ഭർത്താവാണ് സേവിക്കേണ്ടത്. നിശ്ചിത ദിവസം വരെ ഭർത്താവിനെ കിടക്ക വിട്ടെഴുന്നേൽക്കാൻ അനുവദിക്കില്ലായിരുന്നു.

കുവാദ് കേരളത്തിലും

കേരളത്തിൽ കുറവർക്കിടയിൽ പ്രസവിച്ച കുറത്തിക്കു പകരം ഈറ്റില്ലത്തിൽ കുറവനെ കിടത്തുമായിരുന്നു. പതിനാലുദിവസം ഭർത്താവിനും പ്രസവപരിചരണം ലഭിക്കും. പറയർക്കിടയിൽ നാലുദിവസം ഭർത്താവ് ഭാര്യയുടെ അടുക്കൽ കിടക്കുമായിരുന്നു. നാലാംദിവസം കുളി കഴിഞ്ഞ് ഭർത്താവ് സാധാരണജീവിതത്തിലേക്ക് തിരിച്ചുവരും. കർണ്ണാടകയിൽ ഷിമോഗയിലെ കോറോന്മാർക്കിടയിലും ഇത്തരം ആചാരങ്ങളുണ്ടായിരുന്നു. കൊച്ചിയിലെ നായാടികൾ ഭാര്യ പ്രസവ വേദനയനുഭവിക്കുമ്പോൾ ഭർത്താവ് തന്റെ വയർ വെള്ളംകൊണ്ട് കഴുകിയുഴിഞ്ഞ് മലദേവനോട് സുഖപ്രസവത്തിനായി പ്രാർത്ഥിക്കുമായിരുന്നു.

പുല

അപകടകരമായ ഒരു ലോകത്തിലാണ് പുരാതനമനുഷ്യർ ജീവിച്ചിരുന്നത്. പ്രകൃതിപ്രതിഭാസങ്ങളും മൃഗങ്ങളിൽനിന്നുള്ള ആക്രമണവും സ്വാഭാവിക മരണംപോലുള്ള ജീവിതാനുഭവങ്ങളും അപകടത്തിന്റെ വ്യാപ്തി വർദ്ധിപ്പിച്ചു. പ്രസവത്തോടെയുള്ള സ്ത്രീകളുടെ മരണം അപകടമരണങ്ങളിൽ ഒഴുക്കപ്പെടുന്ന ചോര, പ്രസവത്തോടെ പുറത്തേക്കു വരുന്ന ചോര, ആർത്തവസമയത്തുള്ള ഋതുരക്തം ഇവയൊക്കെ അപ്രയോഗമായ സംഭവപരമ്പരകളിലെ കണ്ണികളാണെന്ന് പ്രാചീന മനുഷ്യൻ വിശ്വസിച്ചു. അപായങ്ങളിൽനിന്നും അകന്നു നിൽക്കുക, അത്തരം സംഭവങ്ങളുമായി ബന്ധപ്പെട്ടവരെ അകറ്റിനിർത്തുക എന്നതിന്റെ അനുഷ്ഠാനപരമായ വികാസമാണ് പുലയാചരണത്തിന്റെ പിറകിലുള്ളത്.

ഗർഭിണിയും പ്രസവം കഴിഞ്ഞ സ്ത്രീയും അവളുടെ കുഞ്ഞും പിശാചുക്കളെ പ്രാർത്ഥിക്കുന്നതിനുള്ളവയാണെന്ന് കരുതപ്പെട്ടു. അതിനാൽ ശിശുജനനവും അതുമായി ബന്ധപ്പെട്ട കാര്യങ്ങളും നിഷിധമായി തീർന്നു. പശ്ചിമ ആഫ്രിക്കയിലെ കാമറോണിൽ ഒരമ്മ അവളുടെ മുഖത്തും കുഞ്ഞുങ്ങളുടെ മുഖത്തും ദൈവാനുഗ്രഹത്തിനും ദൈവപരിരക്ഷയ്ക്കുമായി ചായം തേച്ചിരുന്നു. നവജാതശിശുവിന്റെ പരിരക്ഷക്കുള്ളതാണ് ഈ ചടങ്ങ്.

മഹാരാഷ്ട്രയിലെ ദേശായി ബ്രാഹ്മണർക്കിടയിൽ ഒരു കുട്ടി ജനിച്ചാൽ കുട്ടിയുടെ പിതാവ് ഉടുവസ്ത്രത്തോടെ കിണറ്റിൽ ചാടണം. തയ്യാറല്ലാത്തവരെ സുഹൃത്തുക്കളും ബന്ധുക്കളും കൂടി എടുത്തുകൊണ്ടു പോയി കിണറ്റിലിടുമായിരുന്നു. പുലയാചരണത്തിന്റെ ഒരു രൂപമാണിത്. ഭാര്യയുടെ പ്രസവംമൂലം ഭർത്താവിനുണ്ടായ അശുദ്ധി ഇതോ ടെ തീരുന്നു.

തിരുവിതാംകൂറിലെ പറയന്മാർക്കിടയിൽ പണ്ടുകാലത്ത് നടപ്പുള്ള ഒരാചാരം ഭാര്യ പ്രസവിച്ച പറയന് ഏഴുദിവസം സാധാരണഭക്ഷണം നൽകാതെ പട്ടിണി കിടത്തും. പഴങ്ങളും കള്ളും കുടിച്ച് അവൻ കഴിയണം. കർണ്ണാടകത്തിലെ ശ്രീരംഗപട്ടണം, മലബാർ, തമിഴ്നാട് എന്നിവിടങ്ങളിൽ ഭാര്യ പ്രസവിച്ചാൽ ഭർത്താവിനെ 28 ദിവസം വ്രതനിഷ്ഠയിൽ കഴിയാൻ നിർബന്ധിച്ചിരുന്നു.

പ്രസവം അറിയിക്കൽ

കേരളത്തിൽ ഒരു കുഞ്ഞ് പിറന്നാൽ അക്കാര്യം വിളംബരപ്പെടുത്തുന്നതിന് പണ്ടുമുതൽ ഒരു പ്രത്യേക വാർത്താവിനിമയരീതി സ്വീകരിച്ചിരുന്നു. ആൺകുട്ടി പിറന്നാൽ കുരവയിടും. പെൺകുട്ടിയാണെങ്കിൽ വാതിൽ തഴുത് ഇളക്കി ശബ്ദമുണ്ടാക്കും. ചിലേടത്ത് പച്ച മടൽ നിലത്തടിച്ച് ശബ്ദം കേൾപ്പിക്കും. തറവാട്ടിൽ ഒരു കുഞ്ഞ് ജനിച്ചാൽ ഔദ്യോഗികമായി ആ വിവരം പിതാവിന്റെ ഗൃഹത്തിൽ അറിയിക്കേണ്ടത് ഒരു ബാധ്യതയായിരുന്നു. ഇങ്ങിനെ അറിയിച്ചു ചെല്ലേണ്ടത് പല പ്രദേശങ്ങളിലും പതിച്ചിയുടെ അവകാശമാണ്. അറിയിപ്പുമായി ചെല്ലുന്നവർക്ക് ഭർത്തൃവീട്ടുകാർ അരിയും സമ്മാനങ്ങളും നൽകും. ചില പ്രദേശങ്ങളിൽ ബന്ധുക്കൾതന്നെയാണ് കുഞ്ഞ് പിറന്ന വിവരം അറിയിക്കുക.

മലവേടർക്കിടയിൽ പ്രസവം അറിയിക്കുന്ന ചടങ്ങ് ഒരു നാളികേരം തല്ലി ഉടക്കുക എന്നതാണ്.

ഇടവകക്കാരെ അറിയിക്കാൻ

ക്രിസ്തീയ സമൂഹങ്ങളിൽ ഇടവപ്പള്ളിയിലെ മണി ഒന്നാന്തരം വാർത്താവിനിമയ ഉപാധിയാണ്. ജനനവും മരണവും പ്രഖ്യാപനം ചെയ്യാൻ പ്രത്യേക ഈണത്തിലും താളത്തിലും മണിയടിക്കുന്ന പതിവുണ്ട്.

കരയുന്ന കുട്ടി നല്ല കുട്ടി

പരമ്പരാഗത സമൂഹങ്ങളിൽ കുട്ടികളുടെ കരച്ചിൽ നല്ല ലക്ഷണമായി കരുതുന്നു. ആത്മീയ ശുദ്ധീകരണത്തിന്റെയും പുനർജന്മത്തിന്റെയും സമയമായ മാമോദീസവേളയിൽ കുട്ടി കരയുന്നത് നല്ലതാണ് എന്നും വിശ്വസിക്കപ്പെടുന്നു.

ജാതകസം

ബ്രാഹ്മണ സമൂഹങ്ങളിൽ ഉണ്ണി പിറന്നാൽ ആദ്യം നടത്തുന്ന ചടങ്ങാണ് ജാതകസം. ദാസിയുടെ കൈയിലിരിക്കുന്ന ഉണ്ണിയെ കണ്ട് അവൾക്ക് സന്തോഷസൂചകമായി പുടവ കൊടുത്ത് കഴിഞ്ഞ് തറ്റുടുത്ത്

കുളിപ്പിക്കുക. ഈറനോടെ നടുമിറ്റത്ത് കിഴക്കുനോക്കിയിരുന്ന് ആചാരപ്രകാരമുള്ള ഹോമങ്ങൾ കഴിക്കണം. പിന്നീട് തേനും നെയ്യും ചാണമേൽ വീഴ്ത്തി പൊന്നുകൊണ്ടുരച്ച് അത് വടിച്ചെടുത്ത് പൂവും ചാണകവും വെള്ളവുമായി പ്രസവിച്ചുകിടക്കുന്ന അകത്തു പോയി കിഴക്കുനോക്കി ഇരുന്ന് ഉണ്ണിയെ ഒന്ന് തളിച്ച് എടുത്ത് വലതു തുടമേൽ തലവെച്ചു കിടത്തി സ്വർണ്ണംകൊണ്ട് തേനും നെയ്യും ചേർന്നെടുത്ത് കുഞ്ഞിന്റെ വായിൽ വെച്ചുകൊടുക്കണം. കുട്ടിയുടെ അച്ഛനാണ് ഇതു ചെയ്യേണ്ടത്. അമ്മ അപ്പോൾ കുഞ്ഞിനെ തൊട്ടിരിക്കണം എന്നത് നിർബന്ധമാണ്. ഈ ചടങ്ങിന്റെ രണ്ടാംഘട്ടത്തിലും മന്ത്രം ചൊല്ലേണ്ടതുണ്ട്.

ഗർഭരക്ഷ

കേരളത്തിലെ ആദിമനിവാസികൾ ഗർഭരക്ഷക്കും പ്രസവരക്ഷക്കും തങ്ങളുടെ പരിചരണരീതികൾ സ്വീകരിച്ചിരുന്നു. മാലർ ഗർഭരക്ഷയ്ക്കായി, ഗർഭിണികളെക്കൊണ്ട് ഒരു ഇരുമ്പ് ആയുധം പിടിപ്പിക്കും. ഇരുമ്പ് പിശാചിനെ അകറ്റുമത്രെ. സുഖപ്രസവത്തിന് വെറ്റില ഉഴിഞ്ഞുകൊടുക്കും. പ്രസവം എളുപ്പം നടക്കുന്നില്ലെങ്കിൽ ഗർഭിണിയുടെ വയറ്റിനുമുകളിൽ പച്ചവെള്ളം കോരിയൊഴിച്ച് താപം തീർക്കും. കുഞ്ഞു പിറന്നു കഴിഞ്ഞാൽ പെൺകുഞ്ഞാണെങ്കിൽ അതിന്റെ മുഖം നിലത്ത് ഉരക്കും. രോമം വരാതിരിക്കാനാണത്രെ ഇത്.

മലവേടർ ഗർഭിണികൾക്ക് ദുർഭൂതങ്ങളുടെ ഉപദ്രവമുണ്ടാകാതിരിക്കാൻ ഒമ്പതാംമാസം ഒരു മൺകോലംകൊണ്ട് ഉഴിയുന്നു. അത് കുടിലിൽ അവൾക്ക് മുമ്പിൽ രക്ഷയെന്ന നിലയിൽ കെട്ടിത്തൂക്കിയിടുന്നു

കാണിക്കാർ ഗർഭിണികളുടെ രക്ഷയ്ക്കായി നടത്തുന്ന ചടങ്ങാണ് 'വായത്തി' ഏഴാംമാസത്തിലാണിത് നടത്തുക. ഏഴ് അടുപ്പുകളിൽ ഏഴു പാത്രങ്ങളിൽ അരി വേവിക്കുന്നു. അവയ്ക്കു മുമ്പിൽ ഗർഭിണി ആദരവോടെ കുമ്പിടണം. പിന്നീട് ആ പാത്രത്തിലെ ചോറ് ചടങ്ങിനെത്തിയ സ്ത്രീകളോടൊപ്പം ഗർഭിണിയും തിന്നുന്നു. ഭർത്താവിനും ബന്ധുക്കൾക്കും ഈ ചടങ്ങിൽ പങ്കെടുക്കാം. പ്രസവസമയം പ്രയാസമുണ്ടാവുകയും വേദന നീണ്ടുനിൽക്കുകയും ചെയ്യുന്നുവെങ്കിൽ സുഖപ്രസവത്തിനുവേണ്ടി അവളെ എണ്ണ തേപ്പിക്കുന്നു. നായാടികൾ പുളികുടി അടിയന്തിരം നടത്തുന്നു. അന്ന് ഗർഭിണി പുളിയില വെള്ളം കുടിക്കു

കയും കുരങ്ങിന്റെയും അണ്ണാന്റെയോ മാംസം ഭക്ഷിക്കുകയും വേണം. സുഖപ്രസവത്തിനായി ഭർത്താവ് ഭാര്യയുടെ വയറ്റിനുമുകളിൽ എണ്ണ തൊട്ടുഴിയുകയും വേണം.

അമ്മയ്ക്കും കുഞ്ഞിനും സ്വാഗതം

പ്രസവശേഷം അമ്മയെയും കുഞ്ഞിനെയും ഭർത്തൃഗൃഹത്തിലേക്ക് സ്വാഗതം ചെയ്യുന്ന ചടങ്ങ് എല്ലാ ജനവിഭാഗങ്ങൾക്കിടയിലുമുണ്ട്. അശുദ്ധി നീങ്ങിയെന്ന വിശ്വാസം പ്രസവശേഷം ആരോഗ്യം വീണ്ടെടുത്തുവെന്ന പ്രത്യക്ഷാനുഭവം. വീട്ടിലോ കുടുംബത്തിലോ ഗോത്രത്തിലോ ഒരു പുതിയ അംഗം കൂടി വരുന്നു എന്നതിലുള്ള സന്തോഷവും ഈ ചടങ്ങിനെ ആഹ്ലാദഭരിതമാക്കുന്നു.

കൊണ്ടുമലയർക്കിടയിൽ പ്രസവം കഴിഞ്ഞ് ഈറ്റുപുരയിൽനിന്നും കുളിച്ച് ശുദ്ധിയോടെ വരുന്ന സ്ത്രീ അരിയും വിളക്കുമായി ഭർത്തൃഗൃഹത്തിൽ കയറണം.

മലയർ പ്രസവശേഷം സ്ത്രീ കുഞ്ഞുമായി ഭർത്തൃഗൃഹത്തിലേക്ക് വരുന്ന ദിവസം നിറദീപം തെളിക്കും. ആ വിളക്കിനെ മൂന്നുതവണ വലം വെച്ചതിനുശേഷമേ കുടിലിൽ കയറാൻ പാടുള്ളു.

വിളക്ക് ഐശ്വര്യത്തിന്റെ ചിഹ്നമാകയാൽ മിക്കവാറും സമുദായങ്ങളിൽ വിളക്ക് വെച്ച് എതിരേല്പ് പതിവാണ്.

ദൈവത്തിന്റെ ദാനം

ശിശുക്കൾ ദൈവത്തിന്റെ വലിയ ദാനമായി ഇസ്രയേൽകാർ കരുതി. 'നിങ്ങൾ പെരുകി വർദ്ധിക്കുവിൻ എന്നതാണ് ദൈവത്തിന്റെ ആദ്യത്തെ അനുഗ്രഹവചസ്സുകൾ. ആൺകുട്ടികളോടാണ് പെൺകുട്ടികളെക്കാൾ താല്പര്യം. ഇതിനൊരു കാരണം കുടുംബത്തിന്റെ പാരമ്പര്യനിലനിൽപ്പ് ആണിലൂടെയായിരുന്നു എന്നതാണ്. ആദ്യം ജനിക്കുന്ന ആൺകുട്ടിക്കാണ് സ്വത്തവകാശം. ശിശു ജനിക്കുന്നത് ഏറ്റവും സന്തോഷമുണ്ടാക്കുന്ന അവസരമായി അവർ കരുതി. അതുകൊണ്ടുതന്നെ കുഞ്ഞിന്റെ വളർച്ചയിലെ ഓരോ ഘട്ടത്തിലും പരിച്ഛേദം, പേരുവിളി തുടങ്ങിയവ ആഘോഷപൂർവ്വം കൊണ്ടാടുകയും ചെയ്തു.

ഈറ്റും മാറ്റും

ആയുർവ്വേദത്തിന്റെ നാടായ ഭാരതത്തിൽ പ്രസവം, പ്രസവശുശ്രൂഷ എന്നിവയിൽ അനുഷ്ഠിക്കേണ്ട ചര്യകളെപ്പറ്റി എല്ലാ ജനവിഭാഗങ്ങൾക്കും സാമാന്യധാരണയുണ്ടായിരുന്നു. പ്രസവാനന്തരമുള്ള കുളി, ശരീരം പൂർവ്വസ്ഥിതിയിലെത്തിക്കുന്നതിനും അമ്മയുടെയും കുഞ്ഞിന്റെയും ആരോഗ്യപരിരക്ഷിക്കുന്നതിനുള്ള ഔഷധസേവ എന്നിവയിലെല്ലാം ആചാര്യന്മാർ ശ്രദ്ധിച്ചിരുന്നു.

ജനിച്ച കുഞ്ഞ് ആണാണെങ്കിൽ രണ്ടുറങ്ങി മൂന്നാം നാൾ കുളിച്ചുതളിക്കും. പെൺകുഞ്ഞ് ജനിച്ചാൽ മൂന്നുറങ്ങി നാലാംനാൾ കുളിക്കും. പിന്നീട് പതിനഞ്ചാംദിവസവും ഇരുപത്തിയെട്ടാംദിവസവും വിശേഷാൽ കുളിയുണ്ട്. സാധാരണ കുളിക്കുന്ന വെള്ളത്തിൽ ഔഷധചെടിയുടെ തോൽ മുതലായവ ചതച്ചിട്ട് വേവിക്കും. കുളിയുടെ വിശേഷത അതോടൊപ്പം പുലയും അശുദ്ധിയും മാറാനുള്ള അനുഷ്ഠാനപരമായ കർമ്മങ്ങളും നടത്തുന്നുവെന്നതാണ് വണ്ണാത്തിമാറ്റ്. പഴയ കാലത്ത് കേരളത്തിൽ ശുദ്ധി വരുത്താനുള്ള ഒരു ഉപാധിയായിരുന്നു വണ്ണാൻ, വെളുത്തേടൻ എന്നിവരുടെ സ്ത്രീകൾ അലക്കിയുണക്കുന്ന തുണിയെയാണ് വണ്ണാത്തിമാറ്റ് എന്നു പറയുന്നത്. പുലയാചരണം പോലുള്ള അശുദ്ധി മാറാൻ അതിൽനിന്നൊരു തുണ്ട് തുണിയെടുത്ത് ചീന്തിയെടുത്ത് അതുമായി കുളിച്ചാൽ മതിയെന്നായിരുന്നു സങ്കല്പം.

സമുദായ ഭ്രഷ്ട് കല്പിക്കുന്നതിനുള്ള ശക്തമായ ഉപാധികളിലൊന്നായിരുന്നു വണ്ണാത്തി മാറ്റു മുടക്കൽ. ജനനത്താലോ മരണത്താലോ അശുദ്ധമായ പുലയുള്ള ഒരു കുടുംബത്തിന് വണ്ണാത്തിമാറ്റ് കൊടുക്കാൻ ദേശവാഴിയോ സമുദായത്തിലെ പ്രമാണിമാരോ സമ്മതിക്കില്ല. അതുകാരണം വിലക്ക് നിലനിൽക്കുന്നവരെ അവർ മറ്റുള്ളവരുമായി ചേർന്നു ജീവിക്കാനാവാതെ വിഷമിക്കും.

പ്രസവശുശ്രൂഷയെയും പേറെടുക്കുന്നതിനെയും പൊതുവായി ഈറ്റെടുക്കുക എന്നു പറയുന്നു. പതിച്ചികൾ, വയറ്റാട്ടിമാർ എന്നീ പേരുകളിലറിയപ്പെടുന്നവരാണ് ഈറ്റെടുക്കുക. ജാതി വ്യവസ്ഥ നിലനിന്ന സമൂഹഘടനയിൽ ഈറ്റെടുക്കാനും കുളിക്കാൻ മാറ്റുകൊടുക്കാനും പ്രത്യേക സമുദായങ്ങൾക്കാണ് അവകാശം. ഈറ്റു മുടക്കുക എന്നാൽ പ്രസവശുശ്രൂഷ വിലക്കുകയെന്നർത്ഥം. ഓരോ സമുദായത്തിനും ആശ്രിത വേലയ്ക്ക് പ്രത്യേകം പ്രത്യേകം ജാതിക്കാരുണ്ടായിരുന്നു. സമൂഹ വിലക്കിനെ പൊതുവായി ഈറ്റും മാറ്റും മുടക്കുകയെന്ന് പറയുന്നു.

പുലകുളി

പ്രസവം കഴിഞ്ഞ് നാലാംദിവസം മൈക്രോണേഷ്യയിലെ ഒരു യുവതി കുളിക്കുന്നു. ഒരുദിവസം എട്ടുതവണ ചെറിയതും ചൂടുനിൽക്കുന്നതുമായ ഒരു മുറിയിലിരുത്തി പരിചാരിക വെളിച്ചെണ്ണയും മഞ്ഞളും കലർത്തിയതിൽ ഔഷധപച്ചിലകൾ മുക്കി ശരീരം തടവുന്നു. അവസാനദിവസത്തെ കുളിക്കുശേഷം അവളെയും കുഞ്ഞിനെയും വീട്ടിനകത്തേക്ക് സ്വീകരിക്കുന്നു. ആയാസപരമായ കുളി പുല അവസാനിപ്പിക്കുന്നതിനുള്ള ചടങ്ങാണ്.

പരമ്പരാഗതത്തിന്റെ വിശ്വാസികളാണ് ഇവർ. പുലയാചരിക്കാതെ, ഏകാന്തവാസമില്ലാതെ, പ്രസവരക്തത്തോടെ ഒരു അമ്മ സമൂഹത്തിൽ ജീവിക്കുന്നത് ആപൽക്കരമാണെന്ന് വിശ്വസിക്കപ്പെടുന്നു.

ചാണകവെള്ളത്തിൽ ശുദ്ധീകരണം

ആന്ധ്രപ്രദേശിലെ ബോണ്ട് ജാതിക്കാർക്കിടയിൽ ഒരു സ്ത്രീ പ്രസവിച്ചാൽ അശുദ്ധയായി തീരുന്നു. ഇങ്ങിനെയുണ്ടാവുന്ന അശുദ്ധി മാറാൻ ചാണകവെള്ളത്തിൽ ചൂല് മുക്കി പ്രസവിച്ചുകിടക്കുന്നവളെ പതുക്കെ അടിക്കുകയാണ് ചെയ്തിരുന്നത്.

മലബാറിൽ പഴയ കടത്തനാട്ട് രാജ്യത്തെ നായർ സമുദായത്തിലെ സ്ത്രീകൾക്ക് പൊതുവായി മറ്റു പ്രദേശങ്ങളിലുള്ള നായന്മാർ അശുദ്ധി കല്പിച്ചിരുന്നു. ടിപ്പുസുൽത്താൻ പടയോട്ടകാലത്ത് പട്ടാളക്കാർ സ്ത്രീകളെ തൊട്ട് അശുദ്ധമാക്കി എന്നായിരുന്നു ഇതിനു കാരണം പറഞ്ഞിരുന്നത്. നൂറ്റാണ്ടുകൾ പിന്നിട്ടിട്ടും കടത്തനാട്ടെ നായർ യുവതികളെ മറ്റുള്ളവർ വിവാഹം ചെയ്യാതിരുന്നതുകൊണ്ട് നാടുവാഴുന്ന തമ്പുരാൻ ശുദ്ധി കലശം നടത്താൻ തീരുമാനിച്ചു. ഒരു വലിയ തോണിയിൽ ചാണകം കലക്കി അത് സ്ത്രീകളുടെ മേൽ തളിച്ചു. അല്പം അവർക്ക് സേവിക്കാനും കൊടുത്തു. അതോടെ അശുദ്ധി മാറിയതായി പ്രഖ്യാപനമുണ്ടായി.

പ്രസവശുദ്ധി ബൈബിളിൽ

ഗർഭം ധരിച്ച് ആൺകുഞ്ഞിനെ പ്രസവിക്കുന്നവൾ ഏഴുദിവസത്തേക്ക് ഋതുകാലത്തെന്നപോലെ അശുദ്ധിയുള്ളവൾ ആയിരിക്കും. എട്ടാംദിവസം

ശിശുവിന്റെ പരിഛേദനം നടത്തണം. തുടർന്ന് മുപ്പത്തിമൂന്നുദിവസത്തേക്ക് അവൾ രക്തശുദ്ധീകരണവ്രതം ആചരിക്കണം. ശുദ്ധീകരണവ്രതം പൂർത്തിയാകുന്നതുവരെ അവൾ പരിശുദ്ധമായ ഒരു വസ്തുവും സ്പർശിക്കരുത്. പെൺകുഞ്ഞിനെ പ്രസവിക്കുന്നവൾ രണ്ടാഴ്ചത്തേക്ക് ഋതുകാലത്ത് എന്നപോലെ അശുദ്ധിയുള്ളവർ ആയിരിക്കും. അറുപത്താറുദിവസത്തേക്ക് രക്തശുദ്ധീകരണ വ്രതം ആചരിക്കണം.

അമ്മിഞ്ഞമ്മ

ശിശുവിന് ആദ്യമായി മുലകൊടുത്ത സ്ത്രീ ആരായിരുന്നാലും ആ സ്ത്രീക്ക് മാതൃസ്ഥാനമുണ്ട്. പലപ്പോഴും പ്രസവിച്ചുകിടക്കുന്ന സ്ത്രീക്ക് ആദ്യമായി കുഞ്ഞിന് പാലുചുരത്തിക്കൊടുക്കാൻ കഴിയാറില്ല. ഈ ഘട്ടത്തിലാണ് മറ്റൊരമ്മ സഹായിയായി എത്തുന്നത്. മുല കൊടുക്കുന്ന പെറ്റമ്മയല്ലാത്ത സ്ത്രീകളെ അമ്മിഞ്ഞമ്മ എന്നു വിളിക്കുന്നു.

മുലകുടി ബന്ധം

അല്ലാഹു രക്തബന്ധംമൂലം നിഷിദ്ധമാക്കിയതെല്ലാം മുലകുടിമൂലവും നിഷിദ്ധമാക്കിയിരിക്കുന്നു എന്നാണ് നബിവചനം. ഒരു സ്ത്രീയുടെ മുല കുടിച്ചാൽ ആ സ്ത്രീക്ക് ജനിച്ച എല്ലാ കുട്ടികളും സഹോദരീസഹോദരന്മാരായിത്തീരുന്നതാണ്. മാത്രമല്ല, മറ്റേതെങ്കിലും കുട്ടി അതേ സ്ത്രീയുടെ മുല കുടിച്ചിട്ടുണ്ടെങ്കിൽ ആ കുട്ടിയുമായും അവരുടെ മുലകുടിച്ച ആൾക്ക് ബന്ധം സ്ഥാപിതമാകുന്നതാണ്. സഹോദരീസഹോദരന്മാർ എന്ന നിലയിൽ മുലകുടി ബന്ധമുള്ളവർ പരസ്പരം വിവാഹബന്ധത്തിൽ ഏർപ്പെടുന്നതിനെ ഈ വചനം വിലക്കുന്നു. രണ്ടു വയസ്സിനിടയിൽ മുല കുടിച്ചാൽ മാത്രമേ ബന്ധം സ്ഥാപിതമാവുകയുള്ളൂ.

മുലകുടി പ്രായം

മാതാക്കൾ തങ്ങളുടെ ശിശുക്കൾക്ക് രണ്ടുവർഷം പൂർണ്ണമായി മുല കൊടുക്കണം. മുലകുടി പൂർത്തിയാക്കാനുദ്ദേശിക്കുന്നവർക്കാണിത്. അതത്രെ അല്ലാഹുവിന്റെ കല്പന. മുലകുടിയെപ്പറ്റിയുള്ള അറേബ്യൻ വീക്ഷണമാണ് ഇവിടെ പ്രഖ്യാപിതമായത്.

തേനും വയമ്പും

ജനിച്ച ഉടനെ കുട്ടികൾക്ക് തേനും വയമ്പും കൊടുക്കുന്ന സമ്പ്രദായം കേരളത്തിലുണ്ടായിരുന്നു. വയമ്പ് തേനിൽ ചാലിച്ച് കുഞ്ഞിന്റെ നാവിൽ തൊട്ടുകൊടുക്കുന്നു.

ആദ്യാഹാരം കഴുതപ്പാൽ

തമിഴ്നാട്ടിൽ കുഞ്ഞു ജനിച്ച ഉടനെ അതിന് കഴുതപ്പാൽ കൊടുക്കുന്ന പതിവുണ്ടായിരുന്നു. തമിഴർക്കിടയിലെ ദ്രാവിഡഗോത്രങ്ങൾ മാത്രമാണ് ഇങ്ങിനെ ചെയ്തിരുന്നത്. ബ്രാഹ്മണർ ഈ ചടങ്ങിനെ പരിഹാസപൂർവ്വമാണ് വീക്ഷിച്ചിരുന്നത്.

മുലപ്പാൽ

കുഞ്ഞിനെ ഏറ്റവും ഉത്തമമായ ആദ്യാഹാരം അമ്മയുടെ മുലപ്പാൽ തന്നെയാണ് എന്ന് ആധുനികവൈദ്യശാസ്ത്രം സമർത്ഥിക്കുന്നു. രോഗപ്രതിരോധശേഷിയുള്ള അനേകഘടകങ്ങൾ മുലപ്പാലിലുണ്ട്. പ്രസവശേഷം മുലയിൽനിന്നും വരുന്ന കൊഴുത്ത ദ്രാവകം കുഞ്ഞിനുതന്നെ നൽകണം. പിഴിഞ്ഞുകളയരുത്.

അധികം പ്രസവിച്ച അമ്മമാർ

ലോകത്തിൽ ഏറ്റവും കൂടുതൽ കുട്ടികളെ പ്രസവിച്ച സ്ത്രീ റഷ്യയിലെ ഫിയോദോർവിസിലിയെയാണ്. 1707 ൽ ജനിക്കുകയും 1882 ൽ മരിക്കുകയും ചെയ്ത ഈ അമ്മയുടെ മക്കളുടെ എണ്ണം 69. ആകെ 27 തവണ പ്രസവിച്ചു. പതിനാറുതവണ ഇരട്ടകുട്ടികളും ഏഴുതവണ മൂന്നു കുട്ടികളും നാലുതവണ നാലുകുട്ടികളും വീതമുണ്ടായി.

പതിനേഴാംനൂറ്റാണ്ടിൽ ജീവിച്ചിരുന്ന ഹേർട്സിലെ എലിസബത്ത് ഗ്രീൻഹിൽ എന്ന വനിത മുപ്പത്തെട്ടുതവണ പ്രസവിക്കുകയുണ്ടായി. ആകെ മക്കൾ മുപ്പത്തിയൊൻപത്. ഇംഗ്ലീഷുകാരി എലിസബത്ത് മോട്ട് 42 കുട്ടികളെ പ്രസവിച്ചു.

ചിലിയിലെ ലിയോൺ ടീന് അൽബിന എന്ന വനിത 1981 ൽ അവരുടെ അവസാനത്തെ പ്രസവം നടത്തിയപ്പോൾ കുട്ടികളുടെ എണ്ണം

അമ്പത്തിയഞ്ച് ആയി. 1943 ൽ വിവാഹിതയായ ഇവരുടെ ഇപ്പോഴത്തെ പ്രായം 71. നാല്പതു മക്കൾ ഇപ്പോഴും ജീവിച്ചിരിക്കുന്നു.

അർജന്റീനയിലെ മറിയാ ഒലിവോയുടെ മുപ്പത്തിരണ്ടു മക്കളും ജീവിച്ചിരിക്കുന്നു. മക്കളുടെ എണ്ണക്കൂടുതൽകൊണ്ട് ലോകശ്രദ്ധ പിടിച്ചുപറ്റിയ ബർമിംഗ് ഹാമിലെ മാർഗരറ്റ് മാക് നോട്ട്, വാർവിക്സിലെ മേബൽ കോൺസ്റ്റബിൾ എന്നിവർക്ക് ഇരുപത്തിരണ്ട് പേർ വീതമുണ്ട് പൊന്നോമനമക്കളായി.

പിറന്നാൾ

കുട്ടി ജനിച്ചതിന്റെ വാർഷികആഘോഷമായാണ് പിറന്നാൾ. ഇന്ത്യയിൽ ജനനനക്ഷത്രത്തെ അടിസ്ഥാനമാക്കിയാണ് പിറന്നാൾ ആഘോഷിക്കുക. കേരളത്തിൽ പിറന്നാളാഘോഷത്തിന് മാത്രമല്ല കുട്ടിയുടെ പേരിലും നക്ഷത്രം ആധാരമാക്കാറുണ്ട്. അഷ്ടമിരോഹിണി ശ്രീകൃഷ്ണൻ ജന്മനക്ഷത്രം. പാശ്ചാത്യർ ജനനത്തീയതിയാണ് പിറന്നാളിന് പരിഗണിക്കുന്നത്. പിറന്നാൾ സൽക്കാരം, പിറന്നാളിന് കേക്ക് മുറിക്കുക തുടങ്ങിയ ആചാരങ്ങളും നടപ്പിലുണ്ട്. പിറന്നാളിന് മതവുമായുള്ള ബന്ധത്തിന്റെ ഏറ്റവും വലിയ ഉദാഹരണമാണ് ക്രിസ്തുമസ്സ്. യേശുക്രിസ്തുവിന്റ പിറന്നാൾ ലോകമെങ്ങും ആഘോഷിക്കുന്നു

വർഷം തികഞ്ഞുള്ള പിറന്നാളിന് ആട്ടപിറന്നാൾ, ആണ്ടുപിറന്നാൾ എന്നൊക്കെ പറയുന്നു. അറുപതാമത്തെ പിറന്നാൾ ഷഷ്ഠിപൂർത്തിയെന്ന പേരിൽ ആഘോഷപൂർവ്വം നടത്തുന്ന പതിവുണ്ട്. നവതി, ശതാഭിഷേകം എന്നിങ്ങനെയും പിറന്നാളാഘോഷം നടത്തുന്നു. പുതുവസ്ത്രധാരണം, ബന്ധുക്കളോടൊപ്പം സദ്യയുണ്ണൽ, ദാനം നടത്തൽ, ഹോമങ്ങളിൽ പങ്കെടുക്കൽ തുടങ്ങി പിറന്നാളുമായി ബന്ധപ്പെട്ട അനുഷ്ഠാനങ്ങളും ആചാരങ്ങളും ഏറെയുണ്ട്.

പേരുവിളി

ഒരു പുതിയ പിറവിയെ സഹർഷം സ്വാഗതം ചെയ്യുന്നു. വീട്ടിലും ഗോത്രത്തിലും രാജ്യത്തിലും അംഗമായിത്തീരുന്ന ഈ പുതിയ മനുഷ്യജീവിക്ക് ഒരു പേരുവേണം. ആ പേര് വ്യക്തിത്വത്തിന്റെ വിളംബരം കൂടിയാണ്. പേരില്ലാത്ത ഒരാൾ ഒരു സമൂഹത്തിലും തനിമ കാണിക്കു

ന്നില്ല. അതുകൊണ്ട് ഒരു പേര് അനിവാര്യമായിത്തീരുന്നു.

ഒരു വ്യക്തിയുടെ പേരിന് അനേകം അർത്ഥതലങ്ങളുണ്ട്. ലിംഗം, ഗോത്രം, എന്നിവ പേരിൽനിന്നുതന്നെ തിരിച്ചറിയാം. അതോടൊപ്പംതന്നെ പിതാവിന്റെ പേര്, തറവാടിന്റെ പേര് എന്നിവയെപ്പറ്റിയുള്ള സൂചനകളും ഒരു വ്യക്തിയുടെ പേരിൽനിന്ന് ചിലപ്പോൾ ലഭിക്കുന്നു. ഒരാളുടെ പേര് അയാളുടെ വ്യക്തിത്വത്തെ പ്രകാശിപ്പിക്കുകയും അയാളുടെ പശ്ചാത്തലത്തെപ്പറ്റി അറിവു നൽകുകയും ചെയ്യുന്നു.

നമ്പൂതിരിമാർക്കിടയിൽ ആദ്യത്തെ ആൺകുട്ടിക്ക് പിതാമഹന്റെയും രണ്ടാമത്തേതിന് മാതാമഹന്റെയും മൂന്നാമത്തേതിന് പിതാവിന്റെയും പേരിടുന്നു. പെൺകുട്ടിക്ക് പിതാമഹി, മാതാമഹി, മാതാവ് ഇവരുടെ പേരുകൾ വിളിക്കുന്നു.

പേരുവിളി ക്രിസ്ത്യൻ രീതി

ജ്ഞാനസ്നാനത്തോടൊപ്പമാണ് ക്രൈസ്തവർ കുട്ടിക്ക് പേരുവിളിക്കുന്നത്. സാൾട്ട് ലേക് സിറ്റി. ഉട്ടാവയിൽ നിന്നൊരു ചടങ്ങ്.

ജ്ഞാനസ്നാനം

ക്രിസ്ത്യാനികളുടെ മതപരമായ ഒരു ചടങ്ങാണ് ജ്ഞാനസ്നാനം. മാമോദീസ എന്നും ഇതിനെ പറഞ്ഞുവരുന്നു. ജലം ഉപയോഗിച്ചുള്ള ശുദ്ധീകരണത്തിനുള്ള അനുഷ്ഠാനങ്ങൾ മിക്കവാറും എല്ലാ മതങ്ങളിലും ജനവിഭാഗങ്ങളിലുമുണ്ട്. ക്രിസ്ത്യാനികളെ സംബന്ധിച്ചടത്തോളം ജ്ഞാനസ്നാനം പുനർജന്മത്തിന് തുല്യമായ ചടങ്ങാണ്. സ്നാപകയോഹന്നാൻ തന്റെ അനുയായികളോട് ജോർദാൻ നദിയിൽ മുങ്ങി ശുദ്ധരാവാൻ ആവശ്യപ്പെടുന്നതും യേശുവിനെ ജ്ഞാനസ്നാനം ചെയ്യിച്ചതും സ്മരണീയമാണ്. സ്നാപകയോഹന്നാൻ എല്ലാ യഹൂദർക്കും മാമോദീസ നിർബന്ധമാക്കിയിരിക്കുന്നു.

പുനർജന്മം

ഓരോ പള്ളിയിലും ജ്ഞാനസ്നാനത്തിനു തൊട്ടിയുണ്ടായിരിക്കും. വെള്ളം ഒഴുക്കിക്കളയാനുള്ള സൗകര്യവും ഇതിനോടനുബന്ധിച്ചുണ്ടാ

വും. പ്രതീകാത്മകമായി കുട്ടിയെ മുക്കിക്കൊല്ലുകയും പുതുജീവനോടെ തിരിച്ചെടുക്കുകയും ചെയ്യുന്നു എന്നതാണ് ജ്ഞാന സ്നാനത്തിന്റെ ക്രിയാസങ്കല്പം. ആലങ്കാരികമരണത്തിനുശേഷം കുട്ടി ക്രിസ്ത്യാനിയായി പുനർജ്ജനിക്കുന്നു.

ശിശുരക്ഷാ ചടങ്ങുകൾ

ഓരോ ശിശുവും അതു പിറന്നുവീഴുന്ന സമൂഹത്തിന്റെ സാംസ്കാരികചിഹ്നമാണ് കുഞ്ഞിനെ സംരക്ഷിച്ചുവളർത്തുന്നതിനു വേണ്ടി നിർവ്വഹിക്കുന്ന കർമ്മങ്ങളിലൂടെ സമൂഹത്തിന്റെ ആദർശലക്ഷ്യങ്ങളെല്ലാം വായിച്ചെടുക്കാൻ കഴിയും. അമ്മയുടെ മുലപ്പാലും നെഞ്ചിലെ ചൂടും പ്രകൃതിതന്നെ ഒരുക്കുന്ന ശിശുസംരക്ഷണസംവിധാനമാണ്. കുഞ്ഞുടുപ്പുകളുടെയും ശിശുസംരക്ഷണത്തിന്റെയും കളിപ്പാട്ടത്തിന്റെയും വിദ്യാഭ്യാസ സൗകര്യങ്ങളുടെയും പേരിൽ ലോകം നിറഞ്ഞുനിൽക്കുന്ന വൻ വ്യവസായം വളർന്നിരിക്കുന്നു.

യോസോഫിന്റെയും മറിയയുടെയും മകനായി ഹോറോദേസ് രാജാവിന്റെ കാലത്ത് ബെത്ലഹേമിൽ യേശു ജനിച്ചുവീണു. ജ്ഞാനികൾ നക്ഷത്രം കണ്ട് യഹൂദരുടെ രാജാവ് ജനിച്ചിരിക്കുന്നു എന്നു മനസ്സിലാക്കി. കാർ നീങ്ങിയപ്പോൾ ഹോറേദേസ് രാജാവും ഒപ്പം ജെറുസലേം മുഴുവനും പരിഭ്രമിച്ചു. രാജാവ് കുഞ്ഞിനെ വധിക്കുവാൻ അന്വേഷണം ആരംഭിച്ചു. അപ്പോൾ കർത്താവിന്റെ മാലാഖ യോസോഫിന് സ്വപ്നത്തിൽ പ്രത്യക്ഷയായി. എഴുന്നേൽഥുക ശിശുറിനെയും അമ്മയേയും കൊണ്ട് ഈജ്പിതിലേക്ക് ഓടിപ്പോവുക എന്ന് കല്പിച്ചു. ഹോറോദേസിന്റെ മരണംവരെ അവർ ഈജിപ്തിൽ താമസിച്ചു.

കുഞ്ഞിനെ പുകയേൽപ്പിക്കൽ

വടക്കേ ആസ്ത്രേലിയയിലെ കിംബർലിയിൽ ആദിവാസി വർഗ്ഗക്കാർക്കിടയിൽ കുഞ്ഞിനെ ആചാരപരമായി പുകയേൽപ്പിക്കുന്ന ഒരു ചടങ്ങുണ്ട്. ഒരു പ്രധാന കന്നുകാലി വളർത്തുകേന്ദ്രവും ഖനന മേഖലയുമായി വളർന്നുവരുന്ന ഇവിടെ പുരാതന ആചാരങ്ങളും രീതികളും ഇപ്പോഴും തുടരുന്നു.

അടുക്കളദേവന്മാർ

പുരാതനറോമിലും ഗ്രീസിലും ആദ്യമായി ഒരു കുഞ്ഞു ജനിച്ചാൽ അടുക്കളദേവന്മാരെ തൃപ്തിപ്പെടുത്തണമായിരുന്നു. അതിനുവേണ്ടി കുഞ്ഞിനെ അടുപ്പിനു ചുറ്റും കൊണ്ടുനടക്കുമായിരുന്നു.

മുടി മുറിക്കൽ

കുഞ്ഞുങ്ങളുടെ പരിചരണസംസ്കാരങ്ങളിൽ ഒന്നാണ് മുടി മുറിക്കൽ. ആചാരപൂർവ്വം നടത്തുന്ന ഒരു ചടങ്ങാണിത്. കാൻഡോബേോൾ ആറാംവയസ്സിൽ തല ക്ഷൗരം ചെയ്യുന്നു. തിരുവത്താഴ സമയത്താണ് ആ ചടങ്ങ് നടത്തുക.

മുടിമുറിയും തിരുവത്താഴവും

ലണ്ടനിലെ സെന്റ് മേരീസ് ചർച്ചിൽ തിരുവത്താഴ കൂദാശവേളയിൽ ആർച്ച്ബിഷപ്പ് കുഞ്ഞിന്റെ മുടി മൂന്നുസ്ഥലത്ത് കുരിശടയാളമായി മുറിക്കുന്നു. യാഥാസ്ഥിതിക ഗ്രീക്ക് സമൂഹം ഈ മതാനുഷ്ഠാന ചടങ്ങിൽ താല്പര്യപൂർവ്വം പങ്കെടുക്കുന്നു.

ഉപനയനം

ഉപനയനം ബ്രാഹ്മണരുടെ ശ്രുതി പ്രോക്ത സംസ്കാരമാണ്. ഏഴു വയസ്സു കഴിഞ്ഞ ഉടൻ ഉപനയനം നടത്തണം. അഞ്ചാം വയസ്സിലുമാകാം. ആറാം വയസ്സിൽ പാടില്ല. ഉപനയനം ഒരു സാമൂഹിക കർമ്മമായിട്ടല്ല, വൈദികരീതിയിൽ ഒരു കുട്ടിക്ക് വേദപഠനാർഹത ലഭ്യമാക്കുന്ന സംസ്കാരമായിട്ടാണ് കണക്കാക്കുന്നത്. ഉപനയനം കഴിഞ്ഞു മാത്രമേ ഗായത്രീമന്ത്രം ഗുരു മുഖേന ഗ്രഹിച്ചതിനുശേഷമേ വേദാഭ്യാസം നടത്താൻ പാടുള്ളു.

ഉപനയനമുഹൂർത്തത്തിന് തലേദിവസം ക്രിയകൾ ആരംഭിക്കുന്നു. ഉദകശാന്തി, അകുരാപ്പണം, പ്രതിസരബന്ധനം, നവഗ്രഹയജ്ഞം, അഭ്യുദയം എന്നീ ചടങ്ങുകൾ അന്നു നടത്തുന്നു. ഉപനയന മുഹൂർത്ത ദിവസവും തുടർന്നുള്ള ദിവസങ്ങളുണ്ട്. കർമ്മം ആരംഭിക്കാൻ അനുവാദം വാങ്ങുന്ന ചടങ്ങായ അനുജ്ഞഗണപതി പൂജ, പുണ്യാഹം,

യാജ്ഞോപവീതപൂജ, നവഗ്രഹപ്രീതി,യാജ്ഞോപ വീതധാരണം, കുമാരഭോജനം, ദ്വിഗ്വപനം, അഗ്നിമുഖപ്രയോഗം, അശ്മാരോപണം, ഉദകാഞ്ജലി, വിസ്തഗ്രഹണം, ഉപനയനം, ബ്രാഹ്മോപദേശം, ദണ്ഡധാരണം, ബ്രഹ്മോദാസനം, ധൂസ്ഥാപനം, ആദിത്യോപാസനം, വിസ്തഗ്രഹണം, അഗ്ന്യപ്രസ്ഥാനം, സമീദാധാനം, സംശാസന, ദീക്ഷാചരണം എന്നിങ്ങനെയാണ് ഉപനയനത്തിലെ മുഖ്യചടങ്ങുകൾ.

അഞ്ചുദിവസങ്ങളിലായി നടക്കുന്ന ഉപനയനം ബാലനെ വേദാധികാരിയായ ബ്രാഹ്മണനാക്കി മാറ്റുന്ന അതിപ്രധാനമായ ചടങ്ങാണ്. ഉപനയനം നടക്കാതെ ബ്രാഹ്മണനെ സംബന്ധിച്ചിടത്തോളം രണ്ടാം ജന്മമാകുന്നു. ഉപനയനം കഴിഞ്ഞാൽ യജ്ഞോപവീതം(പൂണുനൂൽ) കൃഷ്ണജിനം(കൃഷ്ണമൃഗത്തിന്റെ തോൽ മേലെ ഒരുതരം പുല്ലു പിരിച്ചുണ്ടാക്കി അരയിൽ ധരിക്കാനുള്ളത്) ദണ്ഡ് (ചമതക്കോൽ) എന്നിവ ധരിക്കണം. ബ്രഹ്മചര്യാകാലം. ഈ ഘട്ടത്തിൽ ഗുരുമുഖത്തുനിന്നും വേദം പഠിക്കുന്നു. വേദാധ്യായനം കഴിയുന്നതോടെ പൂണുനൂൽ ഒഴിച്ചുള്ളതെല്ലാം ഉപേക്ഷിക്കുന്നു. ഇപ്പോൾ ഉപനയനവും വേദപഠനവും തമ്മിൽ ബന്ധമില്ലാതായിട്ടുണ്ട്. പരമ്പരാഗതമായി അനുഷ്ഠിച്ചു വന്ന ഒരു ആചാരത്തിന്റെ അയഞ്ഞ രൂപം മാത്രമേ ഇപ്പോൾ ഉപനയനത്തിനുള്ളു.

ഉപനയനം മറ്റുള്ളവർക്കും

ഉപനയനം പൗരാണികഭാരതത്തിൽ ബ്രാഹ്മണ ക്ഷത്രിയ വൈശ്യ വിഭാഗങ്ങൾക്കുള്ള സംസ്കാര ആചാരമായിരുന്നു. വേദം പഠിക്കുന്ന ബ്രാഹ്മണർക്കുള്ളതിൽനിന്നും വ്യത്യാസപ്പെട്ട ചടങ്ങുകളായിരുന്നു ക്ഷത്രിയന്റേയും വൈശ്യന്റേയും. ബ്രാഹ്മണപുരോഹിതന്മാരാണ് ഈ രണ്ടു വിഭാഗങ്ങൾക്കും. ആചാര്യനായി നിന്ന് കർമ്മങ്ങൾ നടത്തിയിരുന്നത്. കാലക്രമത്തിൽ ക്ഷത്രിയരും വൈശ്യരും ഉപനയനാദി കാര്യങ്ങളിൽ നിർബന്ധമില്ലാത്തവരായി. മനുസ്മൃതി എഴുതപ്പെട്ട കാലത്തുതന്നെ ഈ സ്ഥിതിയുണ്ടായിരുന്നു. മനുസ്മൃതി പറയുന്നു, ബ്രാഹ്മണനിൽ വണക്കമില്ലായ്മയാലും ഉപനയനം മുതലായവ. കർമ്മലോപത്താലും താഴെ പറയുന്ന ക്ഷത്രിയജാതികൾ ഈ ലോകത്തിൽ ക്രമേണ ശുഭത്വത്തെ പ്രാപിച്ചു. പൗണ്ഡ്രം, ഗൗണ്ഡ്രം, ദ്രവിഡം, കാംബോജം, യവനം, ശകം, പാരതംസ, പാൽഫീകം, ചീനം, കിരാതം, ഭരതം, യശം ഈ ദേശങ്ങളെ പരിപാലനം ചെയ്തവരെല്ലാം മേൽപ്പറഞ്ഞ പ്രകാരം ശുദ്രരായി ഭവിച്ചു.

കുട്ടികളുടെ ശ്രേയസ്സിനുവേണ്ടി നടത്തപ്പെട്ട ഒരാചാരം പിന്നീട് വ്യക്തമായ വർണ്ണാശ്രമധർമ്മത്തിന്റെ വിഭാഗിത ഉപാധിയായതും അത് രാഷ്ട്രീയമോ ദേശീയമോ ആയ ഒരധിക്ഷേപമായിതീർന്നതുമാണ് ഇവിടെ വായിച്ചത്.

ഉപനയനം - സമാനചര്യകൾ

സാമൂഹ്യമായി കുട്ടികളുടെ പേരിൽ നടത്തപ്പെടുന്ന അനേകം അനുഷ്ഠാനങ്ങളുണ്ട്. പ്രാകൃത ജനവിഭാഗങ്ങൾക്കിടയിലും സാംസ്കാരികമായി ഉയർന്ന നാഗരീകതയിലും കുട്ടികളുടെ പേരിൽ, അവരെ സാമൂഹ്യധാരയിലേക്ക് കൊണ്ടു വരുന്നതിനുള്ള ചടങ്ങുകൾ എല്ലാംതന്നെ ഒരു കാര്യം ശ്രദ്ധിക്കുന്നതായി കാണാം. ഒരു കുഞ്ഞ് അത് സമൂഹത്തിന്റെ നിലവിലുള്ള നിയമവും നിഷ്ഠയും അനുസരിച്ചുതന്നെ വളരണം. ശൈശവമനസ്സിലേക്ക് സമൂഹത്തിന്റെ ആശയങ്ങൾ പ്രതിഫലിപ്പിക്കാനും സമൂഹത്തിന് ശിശുവിൽ പ്രതീക്ഷയർപ്പിക്കാനും ഇത്ത രം ചടങ്ങുകൾ ആവശ്യമാണ്.

ക്രൈസ്തവരുടെ ജ്ഞാനസ്നാനം, മുസ്ലിം സമുദായത്തിലെ സുന്നത്ത്, ബുദ്ധമതത്തിലെ ഉപ സംപം തുടങ്ങിയവയെല്ലാം ഉപനയനത്തിനു സമാനമായ സാമൂഹ്യചര്യകളാണ്. കുട്ടികളുടെ വളർച്ചയുടെ ഓരോ ഘട്ടവും സമൂഹം ആഹ്ലാദപൂർവ്വം വീക്ഷിക്കുന്നുവെന്നതാണ് ഇത്തരം ചടങ്ങുകളുടെ പ്രസക്തി.

ശിശുഭക്ഷണം - പാലുകൊടുക്കൽ

ഒമാനിലെ ജബലിൽ മലയിൽ താമസിക്കുന്ന ജബലികൾ എന്ന ആദിമവർഗ്ഗം കുട്ടികൾക്ക് പാലുകൊടുക്കുന്നത് ഒരു പ്രത്യേക രീതിയിലാണ്. അച്ഛനോ അമ്മയോ പാത്രത്തിൽനിന്നും പാല് സ്വന്തം വായയ്ക്കകത്താക്കുന്നു. പാലു കുടിക്കേണ്ട കുട്ടി അപ്പോൾ പാല് വായയ്ക്കകത്തു ശേഖരിച്ച അച്ഛന്റെയോ അമ്മയുടെയോ ചുണ്ടോടു ചേർത്ത് പാല് വലിച്ചുകുടിക്കുന്നു. കുട്ടിക്ക് കുടിക്കാൻ പാകത്തിൽ ചുണ്ടു വിടർത്തി അല്പാല്പമായി പാല് കുട്ടിയുടെ വായക്കകത്തേക്ക് വീഴ്ത്തുന്നു.

പല്ലട വെക്കൽ

വടക്കേ മലബാറിൽ അപൂർവ്വമായി നടത്തുന്ന ഒരു ചടങ്ങാണ് പല്ലടവെക്കൽ. കുഞ്ഞിന് കിക്കിരി പല്ലു മുളക്കുമ്പോഴാണ് ഈ ചടങ്ങ് നടത്തുന്നത്. അമ്മൂമ്മയുടെ കാർമ്മികത്വത്തിലാണ് ചടങ്ങുകൾ. പഞ്ചസാരയും നാളികേരപ്പൂവും പഴവും മറ്റും ചേർത്ത് കുഴച്ച അരിമാവ് വെളിച്ചെണ്ണയിൽ പൊരിച്ചെടുക്കുന്ന വിശിഷ്ടമായ പലഹാരം. പല്ലപ്പവും പലതരം വസ്തുക്കളും ഒരിലയിൽ വെച്ച് കുട്ടിയെ അങ്ങോട്ട് ആകർഷിക്കുന്നു. കുട്ടി തനിയെചെന്ന് അതിൽനിന്നും ഇഷ്ടമുള്ള സാധനങ്ങൾ തെരഞ്ഞെടുക്കും. കുട്ടി എടുത്ത സാധനം നോക്കി ഭാവിയിൽ കുട്ടി ആരാകുമെന്ന പ്രവചനവും ഈ ചടങ്ങിനോടൊപ്പം നടത്തുന്നു.

ചോറൂണ്

ആറാംമാസത്തിലാണ് കേരളത്തിൽ ചോറൂണ് നടത്തുക. സ്വന്തം വീട്ടിൽവെച്ചാണ് സാധാരണയായി ചോറൂണ് നൽകുക. ഇപ്പോൾ പ്രധാനപ്പെട്ട ക്ഷേത്രങ്ങളിലെല്ലാം കുട്ടികൾക്ക് ചോറൂണ് നടത്താനുള്ള സൗകര്യമുണ്ട്. വീടുകളിൽവെച്ച് നടത്തുന്ന ചോറൂണിൽ നമ്പൂതിരിമാരുടെ വിഭവങ്ങൾ ചോറും കറികളും കദളിപ്പഴവും ശർക്കരയും തൈ രും തേനും നെയ്യും ഒക്കെയായിരിക്കും. തൈരും തേനും ചോറിൽ കൂട്ടിക്കുഴച്ചാണ് ആദ്യമായി ചോറൂണ് നടത്തുക. ക്ഷേത്രങ്ങളിലെ ചോറൂണിന് പായസമാണ് ഉപയോഗിക്കുക.

ആചാരപ്പുകവലി

ജമൈക്കയിലെ റസ്റ്റാഫാനിയൻ ചർച്ചിൽ ആചാരപരമായ പുകവലിയിലേർപ്പെട്ട കുഞ്ഞുങ്ങൾ ചെറുപ്രായത്തിൽത്തന്നെ കഞ്ചാവ് വലിക്കുന്നവരാണ് റസ്സാഫാനിയൻസ്, കിങ്ങ് സോളമൻ. ശക്തി പകർന്ന വിശുദ്ധ ചെടിയാണ് കഞ്ചാവ് എന്നാണ് അവർ കരുതുന്നത്.

ആന്ധ്രയിലെ സ്ത്രീകൾ

ആന്ധ്രയിലെ നാട്ടിൻപുറങ്ങളിൽ സ്ത്രീകൾ ചുരുട്ട് വലിക്കുന്നവരാണ്. കത്തുന്ന ഭാഗം വായക്കകത്താക്കിയാണ് അവരുടെ പുകവലി.

പുരുഷന്മാരെക്കാളേറെ ഇക്കാര്യത്തിൽ സ്ത്രീകൾ മുന്നിലുമാണ്. ഈ പതിവിൽനിന്ന് കുട്ടികളും മോചിതരല്ല.

ഇന്ത്യയിൽ ശ്വാസകോശ ക്യാൻസർ വളരെ കുറവാണ്.

ഈ രോഗമുള്ളവരിൽ ഏറെയും ആന്ധ്രയിലാണുള്ളതെന്ന് കാണുകയുണ്ടായി.

പുകവലിയുടെ തുടക്കം

വടക്കേ അമേരിക്കയിലെ ഇന്ത്യൻ പീഗെൻ വർഗ്ഗക്കാർ വിശേഷദിവസങ്ങളിൽ പുകവലി ഒരാചാരമായി നടത്തുന്നു. പന്ത്രണ്ടടി നീളമുള്ള ഒരു പൈപ്പാണ് ഇവരുടെ പുകവലിക്കുള്ള ഉപകരണം.

എല്ലാവരും അതിൽനിന്നും രണ്ടുകവിൾ പുകവലിച്ചുതിയേ ചടങ്ങിൽ സംബന്ധിക്കുകയുള്ളു.

താംബൂലമാഹാത്മ്യം

വെറ്റിലയിൽ പൊതിഞ്ഞ ദക്ഷിണ നൽകുകയെന്നത് പണ്ടേ നടപ്പുള്ള ഒരാചാരമാണ്. ഇന്ത്യയിലെ പല ജാതിക്കാർക്കിടയിലും പ്രായവ്യത്യാസമില്ലാതെ വെറ്റില മുറുക്ക് പതിവുണ്ട്. കുട്ടികൾപോലും മുറുക്കിച്ചുവപ്പിച്ച ചുണ്ടുമായി ആഘോഷങ്ങളിൽ പങ്കെടുക്കാറുണ്ട്. വെറ്റിലയുടെ അഗ്രത്തിൽ ലക്ഷ്മിയും മധ്യത്തിൽ സരസ്വതിയും പൃഷ്ടഭാഗത്ത് ജ്യേഷ്ഠയും ഇടതുഭാഗത്ത് പാർവ്വതിയും വലതുഭാഗത്ത് ഭൂമീദേവിയും ഉള്ളിൽ വിഷ്ണുവും പുറത്ത് ചന്ദ്രനും എല്ലായിടവും കാമദേവനും അധിവാസം ചെയ്യുന്നുവെന്നാണ് സങ്കല്പം.

വസന്തറാണി

മാസ്രമ്പിൽ ഒരു പെൺകുട്ടി വസന്തറാണി ആയി അവരോധിക്കപ്പെട്ട നിലയിൽ യൗവനത്തെയും വസന്തത്തെയും ഒരു പോലെയാണ് കണക്കാക്കുന്നത്. പെൺകുട്ടിയുടെ യൗവനാരംഭത്തെ വസന്താഗമനമായി ആഘോഷിക്കുന്നു.

ജീവനുള്ള ആരാധനാമൂർത്തി

നേപ്പാളിലെ ശ്രീ ഭവാനി ക്ഷേത്രത്തിൽ ഒരു പെൺകുട്ടിയെയാണ് ദേവിയായി തെരഞ്ഞെടുത്ത് ആരാധിക്കുന്നത്. കാഠ്മണ്ഡുവിന്റെ നാനാ ഭാഗങ്ങളിൽനിന്നും മാതാപിതാക്കൾ പെൺകുട്ടികളുമായി ക്ഷേത്രത്തിലെത്തുന്നു. പെൺകുട്ടികളെ ശ്രീകോവിലിനും ബലികല്ലിനും ഇടയിൽ നിരത്തി നിർത്തുന്നു. പിന്നീട് ആട്, എരുമ, കോഴി തുടങ്ങിയ ബലിമൃഗങ്ങളെ അവരുടെ മുമ്പിൽ ബലിത്തറയിൽ വെച്ച് വെട്ടി വീഴ്ത്തുന്നു. ഭയാനകമായ ആ കാഴ്ച കണ്ട് കുട്ടികൾ നിലവിളിച്ച് ഓടിപ്പോകും. പോകാതെ നിൽക്കുന്നവരിൽ ഏറ്റവും ധൈര്യവതിയെയാണ് ദേവിയായി അവരോധിക്കുക.

തെരഞ്ഞെടുക്കപ്പെട്ടാൽ മാതാപിതാക്കളും ബന്ധുക്കളും മറ്റും കുട്ടിയെ ദേവിയായിത്തന്നെ പൂജിക്കണം. ദേവിയായി തെരഞ്ഞെടുക്കപ്പെട്ട പെൺകുട്ടി കൗമാരം കഴിഞ്ഞ് യൗവനാരംഭത്തിൽ എത്തുന്നതോടെ ഇന്ദ്രമഹോത്സവം എന്ന ചടങ്ങിൽ വെച്ച് പിരിച്ചുവിടുന്നു. പതിനേഴാം നൂറ്റാണ്ടിലാണത്രേ ശ്രീ ഭവാനി ക്ഷേത്രത്തിൽ ഈ ആചാരം തുടങ്ങിയത്.

മുതല മഹോത്സവം

പാപ്പു ന്യൂഗിനിയയിലെ ആദിവാസികളുടെ മുതലയുത്സവം അവിടുത്തെ കുട്ടികളുടെ ആദ്യത്തെ ആചാരപരമായ ഒരു ചടങ്ങാണ്. മധ്യ സെവിക് നദീതീരത്തുള്ള ഗ്രാമവാസികൾ വിശ്വസിക്കുന്നത് അവരെല്ലാം മുതലയുടെ വംശത്തിൽ പിറന്ന പിൻമുറക്കാരാണെന്നാണ്. മുതലയാണ് അവരുടെ ലോകത്തിലെ ഏറ്റവും ശക്തനായ ജീവി. ഓരോ വർഷവും ഉത്സവവേളയിൽ ചെറിയ കുട്ടികളെ മുതലയുടെ രൂപത്തിനടിയിൽ നിറുത്തുന്നു. പുറത്തുവരുന്ന കുട്ടി മുതലയിൽ നിന്നും പുനർജ്ജനിക്കുന്നതായി സങ്കല്പിക്കുന്നു.

താലപ്പൊലി

കേരളത്തിലെ ദേവീക്ഷേത്രത്തിലെ താലപ്പൊലി മഹോത്സവത്തിൽ വിളക്കെടുക്കുന്ന കുട്ടികൾ ആചാരപരമായി കാളിയെ പ്രീതിപ്പെടുത്തുന്ന ചടങ്ങ് നിർവ്വഹിക്കുകയാണ് ചെയ്യുന്നത്. പെൺകുട്ടികൾക്ക് മംഗല്യഭാ

ഗ്യമുണ്ടാവാൻ താലത്തിലരിയും തിരിയും മറ്റും വെച്ചുള്ള താലപ്പൊലി ആരാധനയിൽ പങ്കെടുക്കുന്നു.

റോമിൽ : പുരാതനറോമിൽ കന്യകമാരുടെ ഒരു ഉത്സവം പതിവായിരുന്നു. പ്രയാപ്പസ് ദേവന്റെ ക്ഷേത്രത്തിൽ കന്യകമാരെല്ലാം ഒത്തുചേരുന്നു. അവിടെയുള്ള ദേവപ്രതിഷ്ഠയിൽ കെട്ടിപ്പിടിച്ച് കന്യകമാർ തങ്ങളുടെ കന്യകാത്വം അവസാനിപ്പിക്കുന്നു.

ആഫ്രിക്കയിൽ :ആഫ്രിക്കയിൽ ആക്കിക്കയു എന്ന ആദിമനിവാസികൾ ഏഴുവർഷത്തിലൊരിക്കൽ സമൂഹത്തിലെ മുഴുവൻ കന്യകമാരേയും നദിക്കരയിൽ കുടിൽ കെട്ടി താമസിപ്പിക്കുന്നു. നാഗാരാധനയുടെ ഭാഗമായി നടക്കുന്ന ഈ ചടങ്ങിൽ ദൈവത്തിന്റെ പ്രതിനിധിയെന്ന നിലയിൽ പുരോഹിതൻ ബാലികമാരെ അവരുടെ കന്യകാത്വം കളഞ്ഞ് യുവതികളാക്കുന്നു.

അരങ്ങാറ്റ്

ഉത്തരകേരളത്തിലെ പുലയസമുദായത്തിലെ ആൺകുട്ടികൾ കൗമാരം കഴിഞ്ഞ് യൗവനത്തിലേക്ക് കടക്കുന്നതിനായി സങ്കല്പിക്കപ്പെട്ടു നടത്തുന്ന ഒരു ചടങ്ങാണ് അരങ്ങാറ്റ്. സമുദായത്തിലെ ആചാര്യനായ കുരിക്കളുടെ കാർമ്മികത്വത്തിലാണ് അരങ്ങാറ്റ് കർമ്മം നടത്തുക. അരങ്ങാറ്റുകോലം എന്ന പേരിൽ തലപ്പാളിയും തിരുമുടിയും മറ്റു ചമയങ്ങളുമണിഞ്ഞ് കുരിക്കൾതന്നെ വേഷം കെട്ടുകയും ആടുകയും ചെയ്യുന്നു. പൂജ, കോലം, അരങ്ങാറ്റു തോറ്റംപാട്ട് എന്നിവയാണ് ചടങ്ങിന്റെ മുഖ്യകർമ്മങ്ങൾ. അരങ്ങാറ്റ് കഴിയാതെ വയലിൽ പണിക്കിറങ്ങാൻ യുവാവിനെ അനുവദിക്കാറില്ലായിരുന്നു. പ്രാചീനകേ രളത്തിന്റെ കാർഷികജീവിതവുമായി പുലയനുണ്ടായിരുന്ന ബന്ധമാണ് അരങ്ങാറ്റിലൂടെ വെളിപ്പെടുന്നത്. അരങ്ങാറ്റ് കഴിഞ്ഞാൽ അരപ്പുലയനായി എന്നാണ് ചൊല്ല്.

പെണ്ണായി പിറന്നാൽ

ഒട്ടേറെ പെൺകുട്ടികൾ പിറന്നുവീണ ഉടൻതന്നെ കൊല്ലപ്പെടുന്നു. തമിഴ്നാട്ടിലും ഇന്ത്യയിൽ മറ്റനേകം സംസ്ഥാനങ്ങളിലും ഭീകരമായ ഈ ശിശുഹത്യ നടക്കുന്നു. സ്ത്രീകൾക്ക് സമൂഹത്തിലുള്ള താഴ്ന്ന

പദവി, വിവാഹത്തിന് നൽകേണ്ടിവരുന്ന സ്ത്രീധനംമൂലം - കുടുംബ സ്വത്ത് ഭാഗിക്കേണ്ടിവരുന്ന അവസ്ഥ, മരണശേഷം ചിതക്ക് തീ കൊളു ത്തേണ്ടത് ആൺസന്താനമാണെന്ന സാമൂഹ്യആചാരം, പെൺകുഞ്ഞിന് നൽകേണ്ട സുരക്ഷിതത്വവും വളർത്തിയെടുക്കാനുള്ള പ്രയാസവും കണക്കിലെടുക്കുമ്പോഴുള്ള പ്രശ്നങ്ങൾ ഇതൊക്കെയാണ് ശിശുഹ ത്യയ്ക്ക് കാരണമായിത്തീരുന്നത്. ഒരു ആചാരമെന്ന നിലയിൽ ശിശു ഹത്യ നിർവ്വഹിക്കുന്നത് സമൂഹത്തിലെ പ്രായംകൂടിയ സ്ത്രീകളാണ്. ഒരു കുറ്റകൃത്യം എന്ന നിലയിലല്ല ഒരു സാമൂഹ്യാനുഷ്ഠാനം എന്ന നിലയിലാണ് പല ഗ്രാമങ്ങളിലും പെൺശിശുഹത്യ നടത്തുന്നത്.

തമിഴ്നാട്ടിലെ സേലം ജില്ലയിൽ ജനിക്കുന്ന കൊല്ലപ്പെടേണ്ട പെൺ കുഞ്ഞുങ്ങളെ 'കുഴിപ്പാപ്പ്' എന്നുവിളിക്കുന്നു. കൊല്ലപ്പെട്ട കുഞ്ഞിനെ വീടിന്റെ പിൻവശത്തുതന്നെ കുഴിച്ചിടുന്നു. ബന്ധുക്കളും അയൽക്കാ രുമൊക്കെ ചടങ്ങിനെത്തും. ചെറിയ ഒരു സദ്യ അവർക്കായി ഒരുക്കും. കുഞ്ഞിന്റെ ശവമടക്കം കഴിഞ്ഞ് മൂന്ന്, ഏഴ് ദിവസങ്ങളിൽ കുഴിമാട ത്തിനുമുകളിൽ പാൽ, നെയ്യ്, നല്ലെണ്ണ, ധാന്യങ്ങൾ എന്നിവ നിവേദി ക്കുന്നു.

തമിഴ്നാട് ഗവൺമെന്റ് ഈ ദുരാചാരത്തിൽനിന്നും ജനങ്ങളെ മോചി പ്പിക്കാൻവേണ്ടി ചില പദ്ധതികൾ ആസൂത്രണം ചെയ്യുകയുണ്ടായി. വളർത്താനാഗ്രഹമില്ലാത്ത പെൺകുഞ്ഞുങ്ങളെ ഗവൺമെന്റ് ചെലവിൽ ശിശുമന്ദിരങ്ങളിൽ വളർത്തുന്നു. ഇതിനായി കുഞ്ഞുങ്ങളെ ശിശുമന്ദിര ത്തിലേക്ക് നൽകാനായി ആശുപത്രികളിൽ പിള്ളത്തൊട്ടിലുകൾ ഏർപ്പെ ടുത്തുകയുണ്ടായി. കുഞ്ഞിനെ കൊണ്ടുപോയി തൊട്ടിലിൽ കിടത്തണം. അതിനെ ശിശുമന്ദിരം നടത്തിപ്പുകാർ എടുത്തുകൊണ്ടുപോകും. മാതാ പിതാക്കളാരാണെന്ന് വെളിപ്പെടുത്തുകയില്ല. എങ്കിലും ഈ പദ്ധതി വിജ യകരമായില്ല.

പെൺകുഞ്ഞിനെ കൊല്ലുന്നവർ കുട്ടികളെ ദത്തുനൽകാൻ തയ്യാ റല്ല എന്നതാണ് ഇതിലെ ഒരു പ്രധാന വൈരുദ്ധ്യം. എങ്കിലും ചില സാമൂഹ്യസംഘടനകളും ഏജൻസികളും സേലം ജില്ലയിൽ ശിശുമന്ദി രങ്ങൾ തുടങ്ങിയിട്ടുണ്ട്. കുറെ കുട്ടികളെ മരണത്തിൽനിന്നും രക്ഷപ്പെ ടുത്തി അവിടെ വളർത്തുന്നു. തമിഴ്നാട്ടിൽ സേലത്തിനുപുറമെ മധുര, ധന്വഗിരി, കോയമ്പത്തൂർ, ആർക്കോട് ജില്ലകളിലും പെൺശിശുഹത്യ നടക്കുന്നുണ്ട്.

പെൺഭ്രൂണഹത്യ

ഭാരതത്തിൽ സ്ത്രീകൾ സാമൂഹ്യമായി എന്നും അടിച്ചമർത്തപ്പെട്ട വിഭാഗമായിരുന്നു. കുടുംബത്തിലും സമൂഹത്തിലും മാന്യമായ സ്ഥാനം അനുവദിക്കപ്പെടാത്തതു കാരണം സാമ്പത്തികമായും സ്ത്രീ പിന്നണിയിൽതന്നെ. വിവാഹിതയാവണമെങ്കിൽ സ്ത്രീയോടൊപ്പം ഭാരിച്ച സ്ത്രീധനം നൽകണം. ഉത്തരേന്ത്യൻ ഗ്രാമങ്ങളാൽ ഈ അവസ്ഥയിൽ പെൺകുഞ്ഞ് പിറക്കുന്നത് ശാപമായി കരുതപ്പെടുന്നു. അതുകൊണ്ട് പെൺകുഞ്ഞുങ്ങൾ പിറക്കാതിരിക്കാനാണ് ദമ്പതികൾ ആഗ്രഹിക്കുന്നത്.

ജനിക്കാനിരിക്കുന്ന കുഞ്ഞ് ആണോ പെണ്ണോ എന്നറിയാൻ പണ്ടുകാലത്ത് ജ്യോതിഷം പോലുള്ള പ്രവചനതന്ത്രങ്ങളെയാണ് ആളുകൾ ആശ്രയിച്ചിരുന്നത്. ഇന്നിപ്പോൾ വൈദ്യശാസ്ത്രരംഗത്ത് ഗർഭസ്ഥശിശുവിന്റെ കിടപ്പ് മനസ്സിലാക്കാനും ഗർഭധാരണത്തോടനുബന്ധിച്ചുള്ള സങ്കീർണ്ണപ്രശ്നങ്ങൾ പരിശോധിക്കാനും അൾട്രാ സൗണ്ട്മെഷീൻ ഉപയോഗിക്കുന്നു. ഈ സംവിധാനം പ്രയോജനപ്പെടുത്തി ഭ്രൂണത്തിന്റെ ലിംഗനിർണ്ണയം നടത്തുകയും പെൺഭ്രൂണത്തെ നശിപ്പിക്കുകയും ചെയ്യുന്ന പ്രവണത ഉത്തരേന്ത്യയിൽ വ്യാപകമായിരിക്കുന്നു. അൾട്രാ സൗണ്ട് മെഷീൻ ഉപയോഗിച്ചുള്ള ലിംഗനിർണ്ണ യം നൂറുശതമാനവും ശരിയല്ല എന്നത്രേ വിദഗ്ദ്ധരുടെ അഭിപ്രായം.

ഹരിയാന, ഡൽഹി തുടങ്ങിയ പ്രദേശങ്ങളിൽ വ്യാപകമായ നിലയിൽ സ്ത്രീ ഭ്രൂണഹത്യ നടക്കുന്നുണ്ട്. ഇതിനാകട്ടെ ആധുനിക വൈദ്യശാസ്ത്രത്തിന്റെ സഹായവുമുണ്ട്. എന്നാൽ ബീഹാർ, മധ്യപ്രദേശ്, ഉത്തർപ്രദേശ് പോലുള്ള സംസ്ഥാനങ്ങളിൽ പ്രാകൃതരീതിയിൽത്തന്നെയാണ് ഭ്രൂണഹത്യ നടക്കുന്നത്. പെൺകുഞ്ഞാണ് ജനിക്കാനായി ഗർഭപാത്രത്തിൽ വളരുന്നതെന്ന് തീരുമാനിക്കാൻ അവ ർക്ക് അന്ധവിശ്വാസത്തിലധിഷ്ഠിതമായ ചില അനുമാനങ്ങൾ മാത്രമേയുള്ളൂ.

ശിശുവാണിഭം

ലോകത്തിലെല്ലായിടത്തും കുഞ്ഞുങ്ങളെ വിലക്കു വിൽക്കുന്നവരും വാങ്ങുന്നവരുമുണ്ട്. പ്രായപൂർത്തിയെത്തിയ മനുഷ്യരെ വില്പനചരക്കുകളാക്കി കരുതിയിരുന്ന മധ്യകാലഘട്ടത്തിൽനിന്നും വളരെയേറെ പുരോഗമിച്ചുവെന്ന് അഭിമാനിക്കുന്നവർക്കിടയിലാണ് ഇന്ന് ശിശു വാണിഭം നടക്കുന്നത്. ആഫ്രിക്ക, ഇന്ത്യ, പൂർവ്വേഷ്യൻ രാജ്യങ്ങൾ, ബോസ്നി

യ, റുമേനിയ, അൽബേനിയ, എത്യോപ്യ എന്നിവിടങ്ങളിൽ നിന്നും കുട്ടികളെ യൂറോപ്യൻനാടുകളിലേക്കും തായ്‌ലാന്റ്, ഇസ്രായേൽ എന്നിവിടങ്ങളിലേക്കും കൈമാറ്റം ചെയ്യപ്പെടുന്നു. അനാഥശിശുക്കളെന്ന നിലയിൽ കുഞ്ഞുങ്ങളെ ഏറ്റെടുത്തു വളർത്തി മറ്റു നാടുകളിലേക്ക് വില്പന നടത്തുന്ന സംഘടനകളും സ്ഥാപനങ്ങളും ഉണ്ട്. യൂറോപ്യൻനാടുകളിൽ മക്കളില്ലാത്ത ദമ്പതികളും ഒന്നോ രണ്ടോ മക്കളുള്ള സമ്പന്നരും കുട്ടികളെ ദത്തെടുക്കുന്നു. ദത്തെടുക്കുന്നു എന്ന ഓമനപ്പേരിലാണ് ഈ കൈമാറ്റം അറിയപ്പെടുന്നതെങ്കിലും പിന്നാമ്പുറത്ത് പണമിടപാട് നടക്കുന്നു. വിലക്കു വാങ്ങിക്കൊണ്ടുപോകുന്ന പെൺകുട്ടികളിൽ പലരും പിൽക്കാലത്ത് വേശ്യാവൃത്തിയിലേർപ്പെടാൻ നിർബന്ധിതരായിത്തീരുന്നതിനുവേണ്ടി കുട്ടിക്കാലം മുതൽക്കേ പ്രത്യേക സാഹചര്യത്തിൽ കുട്ടികളെ വളർത്തുകയും ചെയ്യുന്നു. മൂ ന്നാംലോക രാഷ്ട്രങ്ങളിൽനിന്നുള്ള കുട്ടികൾ വൈദ്യശാസ്ത്ര പരീക്ഷണങ്ങൾക്കുള്ള ഗിനിപ്പിന്നികളായി പടിഞ്ഞാറൻനാടുകളിൽ ഉപയോഗിച്ചുവരുന്നു. ചില പശ്ചിമേഷ്യൻ രാജ്യങ്ങളും ഈ ആവശ്യത്തിനുവേണ്ടി മറ്റു രാജ്യങ്ങളിൽനിന്നും കുട്ടികളെ വിലക്കെടുക്കുന്നുണ്ടത്രെ.

ശിശുവാണിഭത്തിന്റെ ഏറ്റവും വലിയ കേന്ദ്രം തായ്‌ലാന്റാണ്. പതിനഞ്ചുവയസ്സിനു താഴെ പ്രായമുള്ള അഞ്ഞൂറോളം കുട്ടികൾ ഓരോ ആഴ്ചയിലും അവിടെ വിൽക്കപ്പെടുന്നുവെന്ന് റിപ്പോർട്ടുകൾ ചെയ്യപ്പെടാറുണ്ട്. കഠിനമായതും പുരുഷന്മാർ ആരോഗ്യപരമായ കാരണങ്ങളാൽ ചെയ്യാൻ മടിക്കുന്നതുമായ അപകടകരമായ ജോലികളാണ് കുഞ്ഞുങ്ങൾ ചെയ്യേണ്ടിവരുന്നത്. വീട്ടുജോലികൾക്കും ബ്യൂട്ടിപാർലറുകൾ, അർദ്ധവേശ്യാലയങ്ങളായ മസ്സാജ് പാർലറുകൾ എന്നിവിടങ്ങളിലുമാണ് പെൺകുട്ടികൾ എത്തിച്ചേരുന്നത്. പട്ടിണി, കുഞ്ഞുങ്ങളെ പോറ്റി വളർത്താനുള്ള കഴിവില്ലായ്മ, ഏജന്റുമാരുടെ പ്രലോഭനങ്ങളും വാഗ്ദാനങ്ങളും ഇങ്ങിനെ പലകാരണങ്ങൾകൊണ്ടുമാണ് സ്വന്തം കുട്ടിയെ വിൽക്കാൻ മാതാപിതാക്കൾ തയ്യാറാവുന്നത്. അനാഥരെ ജീവകാരുണ്യ പ്രവർത്തനത്തിന്റെ ഭാഗമായി ഏറ്റെടുത്താണ് കൈമാറ്റം ചെയ്യുന്നത്.

കേരളത്തിലെ ശിശുവാണിഭം

അഞ്ചുതെങ്ങിലെ ബ്രിട്ടീഷ് പാണ്ഡികശാലയുടെ ഫാദർ ആയിരുന്ന ജെയിംസ് ഫോർഹെഡ് 1775 ലെ ഒരു കച്ചവടത്തിന്റെ വിവരം രേഖപ്പെടുത്തിയിരിക്കുന്നു.

'അഞ്ചുതെങ്ങിൽ ആദായത്തിന് ഒരു വില്പനച്ചരക്കാണ് കുട്ടികൾ. പ്രത്യേകമായ ക്ഷാമ പരിസ്ഥിതിയൊന്നും നിലവിലില്ലാത്ത ഒരവസരത്തിൽ എട്ടോ ഒമ്പതോ വയസ്സുള്ള ഒരു ആൺകുട്ടിയേയും പെൺകുട്ടിയേയും ബോംബെയിലൊരു സ്നേഹിതയ്ക്ക് സമ്മാനമായി നൽകാ ൻ, ഇംഗ്ലണ്ടിലെ രണ്ടു പന്നികൾക്കു കൊടുക്കേണ്ടതിലും കുറഞ്ഞ വിലക്കു ഞാൻ വാങ്ങുകയുണ്ടായി. അവരെ വാങ്ങുന്നതിനും ബോം ബെയ്ക്ക് യാത്രക്കാലമായ രണ്ടുമാസത്തെ ഭക്ഷണത്തിനും നാല് സെറ്റ് ഉടുപ്പുകൾക്കും ഒക്കെക്കൂടി ഇരുപതുറുപ്പികയേ വേണ്ടിവന്നുള്ളൂ.'

മത്സ്യം കൊണ്ടുവന്ന ഒരു മുക്കുവസ്ത്രീ ഒരുറുപ്പിക വിലയ്ക്ക് തന്റെ കുഞ്ഞിനെ വാങ്ങണമെന്ന് ഫോർബെസിനോട് അപേക്ഷിക്കുകയുണ്ടായി. താൻ അതിന് തുനിയാത്തതുകൊണ്ട് ആ സ്ത്രീ അഞ്ചുതെങ്ങിലുള്ള പോർട്ടുഗീസുകാരനായ സീനോർ മാനുവൽ റൊഡ്രീഗ്സിന് കുഞ്ഞിനെ അര ഉറുപ്പികയ്ക്കു വിറ്റുവത്രെ.

കുഞ്ഞുവില്പനയ്ക്ക് നികുതി

പൂന ഭരിച്ചിരുന്ന മാധവറാവു പേഷ്വായുടെ കാലത്ത് കുഞ്ഞുങ്ങളെ വിൽക്കുക ഒരു സാധാരണ സംഭവമായിരുന്നു. 1886-87 കാലത്തെ ഒരു രേഖയിൽ ഒരു ശിശുവാണിഭ വിവരമുണ്ട്. ദുലാബ് ജിവാനിയുടെ പന്ത്രണ്ട് വയസ്സുള്ള മകൾ മൈനയെ ഇരുപത്തഞ്ചു രൂപ എട്ടണക്ക് ഗണേഷ് പന്ത് വാങ്ങി. അതിന് പന്ത്രണ്ടരശതമാനമായിരുന്നു വില്പന നികുതി. പെണ്ണിനും മൃഗങ്ങൾക്കും പന്ത്രണ്ടരശതമാനവും മറ്റുമുള്ള ജനങ്ങൾക്ക് വില വ്യത്യാസമോ ഗുണമോ പരിഗണിക്കാതെ രണ്ടുരൂപ വീതവുമായിരുന്നു നികുതി. കേരളത്തിൽ അരഉറുപ്പികയാണ് അക്കാലത്ത് കുഞ്ഞുങ്ങൾക്ക് കിട്ടിയിരുന്ന വില.

ശിശുമോഷണം

നേപ്പാൾസിൽ തട്ടിപ്പുകാരുടെ ഒരു സംഘം കുട്ടികളെ ദത്തെടുക്കാൻ തയ്യാറുള്ള ദമ്പതികൾക്ക് എത്തിച്ചുകൊടുക്കുന്നതിനെപറ്റി റിപ്പോർട്ട് ചെയ്യപ്പെട്ടിട്ടുണ്ട്, ഭൂകമ്പം പോലുള്ള പ്രകൃതിക്ഷോഭങ്ങളുണ്ടാവുമ്പോൾ ആശ്വാസപ്രവർത്തകരുടെ വേഷത്തിൽ ചെന്ന് കുട്ടികളെ മോഷ്ടിക്കുകയാണ് ഈ സംഘം ചെയ്യുന്നത്. പിന്നീട് വിൽക്കുകയും ചെയ്യും.

സുന്നത്ത്

സുന്നത്ത്, മാർക്കം, പരിഛേദം, ചേലാകർമ്മം എന്നീ പേരുകളിൽ അറിയപ്പെടുന്ന കർമ്മാനുഷ്ഠാനത്തിന് ലോകമെമ്പാടും പ്രചാരമുണ്ട്. നാലായിരം വർഷങ്ങൾക്ക് മുമ്പ് യഹൂദർ ഈ ചടങ്ങ് നടത്തിയിരുന്നു. 'ഈജിപ്തിലേക്കുള്ള യാത്രാമദ്ധ്യേ ഒരു വഴിത്താവളത്തിൽ വെച്ച് കർത്താവു മോശയെ വധിക്കാൻ ഭാവിച്ചു. അപ്പോൾ സിപ്പോറാ ഒരു കൽചീളെടുത്ത് തന്റെ പുത്രന്റെ അഗ്രചർമ്മം മുറിച്ച് അതു മോശയുടെ പാദത്തിൽ തൊടുവിച്ചുകൊണ്ട് പറഞ്ഞു, നീ എനിക്ക് രക്തമണവാളൻ ആകുന്നു. അപ്പോൾ അവൻ മോശയെ വിട്ടൊഴിഞ്ഞു. (പുറപ്പാട് 4:25) പരിഛേദത്തെപ്പറ്റി ബൈബിളിൽ പറയുന്ന ആദ്യസംഭവമാണിത്. യോശുവായിലും ഇതുപോലൊരു സംഭവമുണ്ട്. അക്കാലത്ത് കർത്താവു യോശുവായോട് അരുൾ ചെയ്തു, തീക്കല്ലുകൊണ്ട് കത്തിയുണ്ടാക്കി ഇസ്രായേൽക്കാരെ രണ്ടാംപ്രാവശ്യം പരിഛേദനം ചെയ്യുക. കുടുംബതലവന്മാരാണ് ഇതു സാധാരണ ചെയ്തിരുന്നത്. ഇസ്രായേലിൽ സ്ത്രീകളും ഇതിന് കാർമ്മികത്വം വഹിച്ചുവെന്നാണ് (പുറപ്പാട് 4:25) ബൈബിളിൽ കാണുന്നത്. വിജാതീയരെക്കൊണ്ട് പരിഛേദം ചെയ്യിപ്പിച്ചിരുന്നില്ല. പിന്നീട് വൈദ്യന്മാരുടെ ചുമതലയിൽ പരിഛേദനം നടത്തിപ്പോന്നു.

ദൈവം അബ്രഹാമുമായി ഉടമ്പടി ഉണ്ടാക്കിയതിനുശേഷം ഉടമ്പടിയുടെ പ്രതീകമായി എല്ലാ പുരുഷന്മാരും ഛേദനാചാരം അനുഷ്ഠിക്കണമെന്ന് ആവശ്യപ്പെട്ടു. അങ്ങിനെ അബ്രഹാമിന്റെ കുടുംബത്തിൽ പ്പെട്ടവരും അടിമകളും കുട്ടികളും അനന്തരഗാമികളും സുന്നത്തിന് വിധേയരായി. ഒരു കുട്ടി ജനിച്ച് എട്ടാംദിവസം തന്നെ അതു നടത്തണമായിരുന്നു.(ലേഹ്യ 12:3) മോശയാണ് അത് നിയമമാക്കിയത്.

ഇസ്രായേൽകാർ അഭിമാനകരമായ ഒരടയാളവുമായി സുന്നത്തിനെ കണക്കാക്കി. സുന്നത്ത് നടത്താത്തവരെ പരിഹസിക്കുകയും ശപിക്കുകയും ചെയ്തു. ഗ്രീക്കുകാർ, പാലസ്തീനികൾ എന്നിവർ പരിഛേദം നടത്തുന്നവരായിരുന്നില്ല. അക്കാലത്ത് നടന്ന കായികമത്സരങ്ങളിൽ ആളുകൾ നഗ്നരായാണ് പങ്കെടുത്തിരുന്നത്. ഇസ്രായേൽകാർ മാത്രം മറ്റുള്ളവരിൽനിന്നും വ്യത്യസ്തരായി കാണപ്പെട്ടത് കളിക്കളത്തിൽ പരിഹാസത്തിന് കാരണമായിത്തീരുകയുണ്ടായി. അക്കാലത്ത് ഇസ്രായേൽകാരിൽ പലരും സുന്നത്ത് വേണ്ടെന്നുവെച്ചിരുന്നു.

യഹൂദർ, മുഹമ്മദീയർ, എത്യോപ്യർ, കോംഗോവിലെ നീഗ്രോകൾ,

ആഫ്രിക്കയിലെ ചില ആദിവാസികൾ, മെക്സിക്കോ, ഫിജി ദ്വീപുകളിലെ ജനങ്ങൾ എന്നിവയെല്ലാം ഇന്നും സുന്നത്തിന് മതപരമായ പ്രാധാന്യം നൽകുന്നു. ഈജിപ്തിലും ചില ആഫ്രിക്കൻ ഗോത്രങ്ങളിലും ആൺകുട്ടികൾക്കെന്നപോലെ പെൺകുട്ടികൾക്കും സുന്നത്ത് നടത്തുന്നു.

ബൈബിൾ നിയമത്തിൽ സുന്നത്ത് നടത്താത്തവരെ ദൈവം ശപിക്കുമെന്ന് പറയുന്നു. ഇതാ ആ ദിനങ്ങൾ വരുന്നു. കർത്താവാണ് ഇത് അരുൾ ചെയ്യുന്നത്. അന്ന് പരിഛേദനം നടത്തിയവരെങ്കിലും അപരിഛേദിതരായവരെ ഈജിപ്ത്, യഹൂദ, ഏദോം അമാമോന്റെ പുത്രന്മാർ, മേവാബ്, തലയുടെ അരികുവടിക്കുന്ന മരുപ്രദേശക്കാർ എന്നിവരെയെല്ലാം ഞാൻ ശിക്ഷിക്കും.

ഖുറാനിൽ പരിഛേദത്തെപ്പറ്റി ഒന്നും പറയുന്നില്ല. സുന്നത്ത് സുന്നത്തൂൽ അവ്വലീൻ മുൻഗാമികളുടെ തര്യ എന്ന പ്രയോഗം സാധാരണമാണ്. സുന്ന എന്ന പദം മുഹമ്മദ് നബിയുടെ ചര്യ എന്ന അർത്ഥത്തിലാണ് മനസ്സിലാക്കപ്പെടുന്നത്. അഥവാ അദ്ദേഹത്തിന്റെ വാക്ക്, പ്രവൃത്തി, മൗനാനുവാദം മുതലായവയാണ് സുന്നത്ത്. മുൻ പ്രവാചകന്മാർക്ക് അല്ലാഹു നൽകിയ വെളിപാടുകൾ പലതും മുഹമ്മദ് നബി മൗനാനുവാദം നൽകി അംഗീകരിച്ചിട്ടുണ്ട്. ആ നിലയിലാണ് പരിഛേദം ഇസ്‌ലാമിക കർമ്മാനുഷ്ഠാനമായി തീർന്നത്. ബൈബിളിൽ തലയുടെ അരികുവച്ചിരുന്ന മരുപ്രദേശക്കാർ എന്നു വിളിച്ചത് അറേ ബ്യാ നിവാസികളെയാണ്. പിൽക്കാലത്ത് നബിയുടെ കാലത്തോടെ അറേബ്യ ഇസ്ലാം വിശ്വാസം സ്വീകരിച്ചു. ഇസ്ലാമികചര്യകളിലൊന്നായി പരിഛേദം സ്വീകരിക്കപ്പെട്ടു. ഇന്ന് ലോകമുസ്ലീമുകളുടെ വിശ്വാസത്തിന്റെയും അനുഷ്ഠാനത്തിന്റെയും അടയാളമായിരിക്കുന്നു സുന്ന ത്ത് അഥവാ പരിഛേദം. യഹൂദർക്കിടയിൽ ഇന്ന് പരിഛേദം നടത്തുന്നത് മൊഹൽ എന്ന സ്ഥാനപ്പേരു വഹിക്കുന്ന വ്യക്തിയാണ്. മുഹമ്മദീയരിൽ സുന്നത്ത് നടത്തുന്നത് പള്ളിയുമായി ബന്ധപ്പെട്ട മതപുരോഹിതന്മാരുടെ സാന്നിദ്ധ്യത്തിൽ ഒസ്സാൻ (മുഹമ്മദീയ ക്ഷുരകൻ) ആണ്.

കെനിയയിൽ : കെനിയയിലെ ആദിവാസിവർഗ്ഗത്തിൽ പെട്ട മമ്പായി യുവയോദ്ധാക്കൾ അനുഷ്ഠാനപരമായ സുന്നത്തിന് തയ്യാറായി നിൽക്കുന്നു. അണിഞ്ഞൊരുങ്ങിയ അവരുടെ വേഷഭൂഷകൾ ദൈവികമായ ഒരു കർമ്മമെന്ന നിലയിലാണ്, സമൂഹം സുന്നത്തിനെ കാണുന്നതെന്ന് വ്യക്തമാക്കുന്നു.

ആദ്യപാഠങ്ങൾ

തെക്കേ ന്യൂഹെ ബ്രസീസിൽ മാർക്കം കഴിഞ്ഞ കുട്ടികൾക്ക് സംഗമരീതികളെപ്പറ്റി പുരുഷന്മാർ പഠിപ്പിച്ചുകൊടുക്കുന്നു. മാർക്കം ചെയ്ത പെൺകുട്ടികൾക്ക് കാമക്രീഡാരീതികൾ കാണിച്ചുകൊടുക്കുന്നത് മുതിർന്ന സ്ത്രീകളാണ്. ഇത്തരം സ്ത്രീകളെ 'അയ്യൗഹംനാൻ' എന്നാണ് അവർ വിളിക്കുക.

അമിത സ്വാതന്ത്ര്യം

കിഴക്കൻ ആഫ്രിക്കയിലെ ഗോഗ എന്ന വർഗ്ഗക്കാരിൽ മാർക്കം ചെയ്യപ്പെട്ട യുവാക്കൾക്ക് യഥേഷ്ടം കാമലീല നടത്താനുള്ള സ്വാതന്ത്ര്യം അനുവദിക്കുന്നു. മാർക്കം കഴിഞ്ഞ ബാലന്മാർ പൊതുജനശാലകളിൽ ആഭാസകരമായി ശരീരം ചലിപ്പിച്ചുകൊണ്ട് നൃത്തം വെക്കുകയും ചെയ്യും.

തോൽ ഭക്ഷിക്കണം

മെഡഗാസ് കർ ദ്വീപുവാസികൾ സുന്നത്ത് നടത്തുന്നവരാണ്. പരിഛേദിക്കപ്പെട്ട തോൽ കുട്ടിയുടെ അച്ഛൻ, അച്ഛനില്ലെങ്കിൽ പുരോഹിതൻ കോഴിമുട്ടയുടെ മഞ്ഞക്കരുവിൽ മുക്കി തിന്നുന്നു.

പശ്ചിമ ആസ്ത്രേലിയയിലെ ആദിമവർഗ്ഗക്കാർക്കിടയിൽ സുന്നത്ത് നടത്തുന്ന വ്യക്തിയാണ് തോൽ ഭക്ഷിക്കുന്നത്. ചിലേടങ്ങളിൽ കുട്ടിയെ കൊണ്ടുതന്നെ തോൽ ഭക്ഷിപ്പിക്കുന്ന സമ്പ്രദായവുമുണ്ട്.

സുന്നത്ത് ആഘോഷം

ഒരു ടർക്കിഷ് ബാലനെ സുന്നത്ത് നടത്തുന്ന മുസ്ലീമുകളിൽ വലിയൊരു വിഭാഗം ജനനസമയത്തുതന്നെ സുന്നത്തു നടത്തുന്നു. മറ്റ് തുർക്കികൾ ഏഴോ എട്ടോ വയസ്സിലാണ് ഈ ആചാരം നിർവ്വഹിക്കുന്നത്. അതിനാൽ കുട്ടികൾ സുന്നത്തിനെപ്പറ്റി ബോധവാന്മാരാണ്. ഇവിടെ സുന്നത്ത് കുട്ടി അമ്മയുടെ ആശ്രയത്തിൽനിന്നും മാറി സ്വതന്ത്രമനുഷ്യനായി ജീവിക്കുന്നതിന്റെ പ്രതീകാത്മകചടങ്ങുകൂടിയാണ്. തുർക്കികൾ ആഘോഷമായാണ് സുന്നത്ത് നടത്തുക. തലേദിവസം

വെള്ളവസ്ത്രവും ചുവന്ന അരപ്പട്ടയും ധരിപ്പിച്ച് അലങ്കാരപൂർവ്വം അണി യിച്ചൊരുക്കി കഴുതപ്പുറത്തോ കാറിലോ നഗരപ്രദക്ഷിണം നടത്തുന്നു. സുന്നത്തു കഴിഞ്ഞ കുട്ടിയെ നന്നായി അലങ്കരിച്ചൊരുക്കിയ വലിയ മുറികളിൽ പാർപ്പിക്കുന്നു. സന്ദർശകർ കുട്ടിയെ വന്ന് കണ്ട് സമ്മാന ങ്ങൾ നൽകുന്നു.

ദിവ്യചർമ്മം

മധ്യ ആസ്ത്രേലിയയിലെ ഡൈറി എന്നറിയപ്പെടുന്ന വർഗ്ഗക്കാർ സുന്നത്തു നടത്തിയ തോൽ ഉണക്കി സൂക്ഷിച്ചിരുന്നു. ഇതിന് മഴ പെയ്യി ക്കാനുള്ള ഒരു ദിവ്യശക്തിയുണ്ടെന്ന് അവർ വിശ്വസിച്ചിരുന്നു.

ഔഷധക്കൂട്ട്

സുന്നത്തിന് വിധേയമാവുന്ന കുട്ടികളെ മുറിവുണക്കാൻ പലരും മുറി ച്ചെടുത്ത അഗ്രചർമ്മം ഔഷധക്കൂട്ടുമായി ചേർത്ത് കാച്ചിയെടുത്ത എണ്ണ യാണ് ഉപയോഗിക്കുക. സുന്നത്ത് നടത്തുന്നവർ ഈ ഔഷധം ചട ങ്ങിന് വരുമ്പോൾത്തന്നെ കരുതിയിരിക്കും.

ജൂതസുന്നത്ത്

ജമമ്പലേമിത്ത് ജൂത ശിശുവിനെ സുന്നത്ത് നടത്തുന്ന ദേവാലയ ത്തിൽ ഈ കർമ്മം നടത്തുന്നത് സുന്നത്ത് കർമ്മത്തിലും മതപരമായ കർമ്മത്തിലും വിദഗ്ദ്ധനായ പുരോഹിതനാണ്. സുന്നത്ത് ജൂത വിശ്വാ സത്തിന്റെ ആസ്ഥാന കർമ്മമാണ്. മനുഷ്യവംശത്തിൽത്തന്നെ ഏറ്റവും പ്രാചീനമായ ഒരാചാരമായ സുന്നത്ത് നാലായിരം വർഷംമുമ്പ് ആരം ഭിച്ചുവെന്ന് വിശ്വസിക്കപ്പെടുന്നു.

തങ്ങളുടെ ശരീരത്തെ മുഴുവൻ ദൈവത്തിന് സമർപ്പിക്കുന്നതിന്റെ പ്രതീകമായി ശരീരത്തിലെ തന്നെ ഒരവയവമായ ലിംഗത്തിൽനിന്നും അത്ര ആവശ്യമില്ലാത്ത തൊലി ഛേദിക്കുന്നു. ഇസ്രായേലിൽ പെസഹ തിരുനാളിൽ പങ്കെടുക്കണമെങ്കിൽ സുന്നത്ത് നടത്തിയിരിക്കണം എന്ന് നിർബന്ധമാണ്. യഹൂദസമുദായത്തിൽ അംഗത്വം നൽകുന്നതിനുള്ള അടിസ്ഥാനയോഗ്യതയായി കണക്കാക്കുന്നതും സുന്നത്താണ്.

സുന്നത്ത് ആശുപത്രിയിൽ

ഒരാചാരമെന്ന നിലയിൽ നിർവ്വഹിക്കുന്ന സുന്നത്ത് ഇന്ന് ആധുനിക വൈദ്യശാസ്ത്രത്തിന്റെ സഹായത്തോടെ ആശുപത്രികളിൽ വെച്ചു നടത്തപ്പെടുന്നുണ്ട്. സുരക്ഷിതമായി ചേലാകർമ്മം നടത്താമെന്നതും അതേസമയം അനുഷ്ഠാനപരമായ വിശ്വാസം നിലനിർത്താമെന്നതും ഈ സൗകര്യത്തിന്റെ പ്രത്യേകതയാണ്.

സുന്നത്ത് സ്ത്രീകളിൽ

സ്ത്രീകളുടെ കൃസരി-കാമഛത്രം-മൂടുന്ന തോൽ മുറിച്ചുമാറ്റുന്നതിനെയാണ് സ്ത്രീസുന്നത്ത് എന്നു പറയുന്നത്. കൃസരി പൂർണ്ണമായും സുന്നത്തിലൂടെ മാറ്റം ചെയ്യാറുണ്ട്. അതുപോലെതന്നെ സ്ത്രീ ജനനേന്ദ്രിയത്തിന്റെ രണ്ടുവശത്തുമുള്ള തോലും നീക്കം ചെയ്യുക ചില രാജ്യങ്ങളിൽ പതിവുണ്ടായിരുന്നു. അറേബ്യയിൽ ഇത്തരത്തിലുള്ള സുന്നത്തായിരുന്നു സ്ത്രീകൾ നടത്തിയിരുന്നത്. സുന്നത്ത് നടത്താത്ത സ്ത്രീകൾക്ക് സമൂഹത്തിൽ മാന്യതയോ സ്ഥാനമോ ഉണ്ടായിരുന്നില്ല. അറബിനാടുകളിലെ ഏറ്റവും രൂക്ഷമായ തെറി പ്രയോഗം സുന്നത്ത് നടത്താത്തവരുടെ മോനേ എന്ന അപമാന വിളിയായിരുന്നു. നബിയുടെ കാലത്തിനുമുമ്പേ ഈ ചടങ്ങ് നടന്നിരുന്നു.

സ്ത്രീകളുടെ ലൈംഗിക ചോദന കുറക്കാനും ലൈംഗിക സംവേദനക്ഷമത നിയന്ത്രിക്കാനുമാണ് സ്ത്രീകളിൽ സുന്നത്ത് നടത്തുന്നത്. സ്പർശന ക്ഷമത നിയന്ത്രിക്കാനും കൂടിയാണ് സ്ത്രീകളിൽ സുന്നത്ത് നടത്തി സ്പർശനശേഷി കൂടുതലുള്ള ഭാഗങ്ങൾ മുറിച്ചുകളയുന്നത്. ലൈംഗികബന്ധത്തിൽ സ്ത്രീകളെ കൂടുതൽ നേരം ഉപയോഗിക്കുന്നതിന് പരിഛേദം വഴി സാധിക്കുമെന്ന് ചിലർ അഭിപ്രായപ്പെടുന്നു.

ശാരീരികവും ലൈംഗികവുമായ ആവശ്യങ്ങളും പ്രശ്നങ്ങളും പരിഹരിക്കാനുള്ള ഒരു കർമ്മമെന്ന നിലയിലല്ല, ഇന്ന് ലോകമെങ്ങും സ്ത്രീകളുടെ സുന്നത്ത് നടക്കുന്നത്. പരമ്പരാഗതമായ ഒരാചാരമെന്ന നിലയിലും സമൂഹത്തിൽ വേരുറച്ചുപോയ ചില വിശ്വാസങ്ങളുടെ പൂർത്തീകരണമെന്ന നിലയിലും ലോകവ്യാപകമായി ഈ ആചാരം നിലനിൽക്കുന്നു. ഈജിപ്ത്, തെക്കേ അമേരിക്ക, മലയാ, ബലൂചിസ്ഥാൻ, ഇന്തോനേഷ്യ, മലാക്കാദ്വീപ്, ഗിനിയ, ഘാന, നൈജീരിയ, ടാൻസാനിയ, സുഡാൻ, സോമാലിയ തുടങ്ങിയ അനേകരാജ്യങ്ങളിൽ ഇപ്പോഴും സ്ത്രീ സുന്നത്ത് നടക്കുന്നുണ്ട്.

സ്ത്രീ സുന്നത്ത് ഈജിപ്തിൽ

കെയ്റോവിൽ ഒരു പെൺകുട്ടിയെ സുന്നത്ത് നടത്തുന്നു. ഈജിപ്തിൽ പെൺകുട്ടികളുടെ സുന്നത്ത് നടത്തുന്നത് 10-12 വയസ്സാകുമ്പോഴാണ്. ആചാരപൂർവ്വമായി നടത്തുന്ന ഭഗശിശ്നികാഛേദം പുരാതന ഈജിപ്തിലെ മമ്മികളിൽ കാണുകയുണ്ടായി. ഈജിപ്തിൽ ഔദ്യോഗിക നിരോധനമുണ്ടെങ്കിലും പൂർവ്വാചാരമെന്ന നിലയിൽ മുസ്ലിം പെൺകുട്ടികളും കോപ്റ്റിക് ക്രിസ്ത്യൻ പെൺകുട്ടികളും സുന്നത്ത് നടത്തുന്നു.

ഋതുമതിയായതിനുശേഷം

ദക്ഷിണാഫ്രിക്കയിൽ ചില വർഗ്ഗക്കാർക്കിടയിൽ പെൺകുട്ടി ഋതുമതിയായതിനുശേഷമാണ് സുന്നത്ത് നടത്തുക. നഗ്നയായി ഒരാളുടെ തുടകളിൽ പെൺകുട്ടിയെ ഇരുത്തുന്നു. സമുദായത്തിലെ ക്ഷുരകൻ കൃസരി വലിച്ചുനീട്ടി കത്തികൊണ്ട് മുറിക്കുന്നു. വേദനകൊണ്ട് കരയുന്ന പെൺകുട്ടിയ ശബ്ദം പുറത്താരും കേൾക്കാതിരിക്കാൻ ചുറ്റുംകൂടി നിന്ന സ്ത്രീകൾ കൈകൊട്ടിപാടുകയായിരിക്കും.

നഖംകൊണ്ട് നുള്ളിമുറിക്കൽ

ആഫ്രിക്കയിൽ വടക്കൻ ട്രാൻസ് വാളിലെ ബാവങ്ങിൽ പെൺകുട്ടികളുടെ സുന്നത്ത് നടത്തുന്നത് സമൂഹത്തിലെ പ്രായം കൂടിയ സ്ത്രീകളാണ്. വൃദ്ധകളുടെ സുന്നത്തിനുള്ള ആയുധം കത്തിയല്ല. അവരുടെ കൈവിരലിലെ കൂർപ്പിച്ച നഖങ്ങളാണ്. കൃസരി പിടിച്ചു വലിച്ചുനീട്ടി നഖംകൊണ്ട് നുള്ളി എടുത്തുകളയുന്നു.

ഇന്ത്യയിലും ബറോഡയിലും ഒരുകാലത്ത് സ്ത്രീകൾക്ക് സുന്നത്ത് നടത്തിയിരുന്നുവത്രെ.

പ്രായപൂർത്തി തെളിയിക്കാൻ

കാട്ടുമരക്കൊമ്പുകളും മറ്റുംകൊണ്ട് കെട്ടിയുയർത്തിയ ഗോപുരത്തിനു മുകളിൽ നിന്നുകൊണ്ട് വാമ്പാടു യുവാവ് സാഹസികത കാണിക്കുന്നു. തങ്ങളുടെ പൗരുഷം തെളിയിക്കാനുള്ള അവസരമായിട്ടാണ്

ഇത്തരം അനുഷ്ഠാനങ്ങളെ യുവാക്കൾ കണക്കാക്കുന്നത്. ഈ പാരമ്പര്യാധിഷ്ഠിത സാഹസികത ആപൽക്കരമാണ്. അതേ അവസരം പൗരുഷം തെളിയിക്കാനുള്ള യുവാക്കളുടെ അഭിനിവേശത്തിന്റെ പ്രകടനം കൂടിയാണ്. ഈ പരീക്ഷണത്തിൽ പങ്കെടുക്കാതിരിക്കുന്നത് മാനഹാനിക്ക് ഇടയാകും.

നായാട്ട് -യുദ്ധം

ഐറിയൻ പർവ്വതനിരകളിൽ താമസിക്കുന്ന ആദിവാസികൾ പരമ്പരാഗതമായ നിലയിൽ നായാടുകയും പ്രതിരോധ സന്നാഹങ്ങൾ നടത്തുകയും ചെയ്യുന്നു. 1960ൽ ആദിവാസികൾ തൊട്ടടുത്ത ആദിവാസി ഗോത്രവുമായി നടത്തിയ ആചാരപരമായ ഒരു പോരാട്ടം അതിന്റെ തീവ്രതകാരണം യഥാർത്ഥ യുദ്ധമെന്ന നിലയിൽ ഇന്തോനേഷ്യൻ ഗവൺമെന്റിനെ അത്ഭുതപ്പെടുത്തുകയുണ്ടായി. ഇപ്പോൾ അസ്ത്രാഭ്യാസമത്സരങ്ങളിലും അനുഷ്ഠാനപരമായ യുദ്ധചടങ്ങുകളിലും അത്രത്തോളം മത്സരബുദ്ധി കാണിക്കാറില്ല. ഇംഗ്ലീഷ് റഹ്ബിയും അമേരിക്കൻ ഫുട്ബോളും പോലെയുള്ള കളികളിലാണ് ഇപ്പോൾ പടനായകന്മാർ അവരുടെ ശക്തിപരീക്ഷണം നടത്തുന്നത്.

പ്രായപൂർത്തി ബലി

ജക്കാര പാഗ്വായിൽ റിയോഡി ജനാറിയോവിൽ ഒരു പ്രായപൂർത്തി അനുഷ്ഠാനചടങ്ങ്. ഒരു ആടിന്റെയും ആറ് വ്യത്യസ്ത തരത്തിലുള്ള പ്രാവുകളുടെയും ബലിയാണ് പ്രധാനം. ഇവയുടെ ചോര കുട്ടിക്കലർത്തി തളിക്കുന്നു. ഈ ബലികർമ്മത്തിലൂടെ കുട്ടിയുടെ യൗവന പ്രാപ്തി വിളംബരം ചെയ്യപ്പെടുന്നു.

ബാല്യം, കൗമാരം, യൗവനം, വാർദ്ധക്യം എന്നിങ്ങനെ മനുഷ്യജീവിതത്തെ നാലു ഘട്ടങ്ങളിലായി പൂർവ്വആചാര്യന്മാർ കണക്കാക്കുന്നു. ബാല്യത്തിൽനിന്ന് കൗമാരത്തിലേക്കും കൗമാരത്തിൽനിന്ന് യൗവനത്തിലേക്കുമുള്ള വളർച്ചയെ ആഘോഷപൂർവ്വം കൊണ്ടാടുന്ന പതിവ് എല്ലാ ജനവിഭാഗങ്ങൾക്കിടയിലും നടപ്പുണ്ട്. ശൈശവത്തെയും ബാല്യത്തെയും പ്രത്യേകം രണ്ടു ഘട്ടങ്ങളായും പറയപ്പെടുന്നു.

ദിവ്യജനന നാടകം

ഇറ്റലിയിലെ ശാന്തമായ വനത്തിൽ ഒരു ബാലന്റെ യുവത്വത്തിലേക്കുള്ള അനുഷ്ഠാനപരമായ പ്രവേശനചടങ്ങ് നടത്തുന്നു. ഭൂമിയും ദൈവവുമായുള്ള അവന്റെ ദൃഢീകരണചടങ്ങു കൂടിയാണിത്.

ഒരു സാപ്ലിംഗ് മരം നടുവെ നീളത്തിൽ ചീന്തി ഒരാൾക്ക് നൂണുകടക്കാവുന്നവിധം അടർത്തി നിർത്തുന്നു. മാതാപിതാക്കൾ മകനെ നഗ്നനാക്കി മരത്തിന്റെ അടിഭാഗത്തു വിടവിൽകൂടി മൂന്നുതവണ കടത്തിയെടുക്കുന്നു.

കന്യാമറിയത്തിന്റെ വിശുദ്ധ പ്രതീകമാണ് ചീന്തിവെച്ച മരം. സാംപ്ലിംഗ് മരത്തോടൊപ്പം വളർന്ന് പ്രായപൂർത്തിയെത്തുമെന്ന വിശുദ്ധവിശ്വാസവും ഈ അനുഷ്ഠാനത്തിനു പിന്നിലുണ്ട്.

അംഗീകാരം

ലണ്ടനിലെ പതിമൂന്നുവയസ്സു തികഞ്ഞ ഒരു ജൂതബാലനെ മിശിഹാജിയുടെ പുത്രനാക്കി വാഴിക്കുന്നു. പൊതു പ്രാർത്ഥനയിൽ പങ്കെടുക്കാനുള്ള യോഗ്യത നേടുന്നത് ഈ ചടങ്ങിലാണ്. അവൻ ജീത സെനഗോകിലെ ചടങ്ങിൽ അനുഗ്രഹിക്കപ്പെടും. വേദപുസ്തകത്തിൽ നിന്ന് ഒരു ഭാഗം അവൻ വായിക്കുകയും ചെയ്യും.

വേരുമുറിയാത്ത ഗോത്രബന്ധം

ബ്രസീലിലെ സാൽവോഡോർഡി ബാഹ്യായിലെ കാൻഡോബിൾ നീഗ്രോ വംശജർക്ക് യോരുബ ഗോത്രവുമായി മുറിച്ചുമാറ്റാനാവാത്ത ബന്ധമാണുള്ളത്. പത്തൊമ്പതാം നൂറ്റാണ്ടിലെ പടിഞ്ഞാറൻ ആഫ്രിക്കയിൽനിന്നും അടിമകളായി എത്തിയവരാണ് ഇവരുടെ പൂർവ്വികർ. ഒരു ഘട്ടത്തിൽ ബ്രസീലിലെ ഈ ആഫ്രിക്കൻ വംശജരായ അടിമകൾ ബലപ്രയോഗത്തിലൂടെ മതപരിവർത്തനം നടത്തപ്പെട്ട് ക്രിസ്ത്യാനികളായി മാറി. എങ്കിലും യോരു വർഗ്ഗക്കാർ അവരുടെ ഗോത്ര ആചാരങ്ങളും ഗോത്ര ദൈവവിശ്വാസവും നിലനിർത്തി. കാൻഡോബിൾ പ്രാദേശിക റെഡിന്ത്യൻ സംസ്കാരവുമായി സഹകരിക്കുകയും ചെയ്തു. എക്സു എന്ന യോരുബമയാ ദൈവത്തിന് രണ്ടു കൈകളുണ്ട്. ഒന്ന് ദൈവത്തിനും ഒന്ന് ചെകുത്താനും. നായാട്ടുദൈവമായ ഓക്സൊസ്സ്

അമേരിക്കൻ യുദ്ധകിരീടമണിയും. ആചാരപരമായി അവർ ആഫ്രിക്കൻ രീതിയിൽ പ്രായപൂർത്തിയാവുന്ന ചടങ്ങ് ആഘോഷിക്കുന്നു.

മരണവും ജനനവും

കോംഗോളീസ് മുഖത്തു ചായം തേച്ചിരിക്കുന്നു. ബാലൻ യുവാവായി തീരുന്നതിന്റെ അനുഷ്ഠാനപരമായ ചടങ്ങാണിത്. ബാലൻ മരിച്ച് യുവാവ് ജനിക്കുന്നു എന്ന പ്രതീകാത്മകമായ ചടങ്ങാണിത്. നീലമുഖത്തെഴുത്ത് അവരുടെ ശൈശവത്തിന്റെ അടയാളമാണ്. ഒമ്പതോ പത്തോ വയസ്സിലാണ് ഈ ചടങ്ങു നടത്തുക. പഠനം കഴിഞ്ഞിരിക്കും. കാട്ടുമൃഗങ്ങളെ ഈ ചടങ്ങിനോടനുബന്ധിച്ച് ബലി നൽ കും. ബലികർമ്മത്തിന് എത്തുന്നവർ കുട്ടികൾക്ക് പണമോ സമ്മാന ങ്ങളോ നൽകും. ഇത് കുട്ടികൾക്ക് നല്ല ഒരവസരമാണ്. ശൈശവം പോയെന്നും പ്രായപൂർത്തിയായെന്നും സമൂഹത്തിന് തങ്ങളിൽ പ്രതീക്ഷയുണ്ടെന്നും അവർ മനസ്സിലാക്കുന്നു.

യൂറോപ്യൻ വീക്ഷണം

ശൈശവത്തിന്റെയും യുവത്വത്തിന്റെയും ഇടയിലുള്ള പാലമാണ് പ്രായപൂർത്തി. പ്രായപൂർത്തിയെ സംബന്ധിച്ച് യൂറോപ്യൻസമൂഹം ബോധവാന്മാരാണ്. എപ്പോഴാണ് ശൈശവം അവസാനിക്കുന്നതെന്നും എപ്പോഴാണ് പ്രായപൂർത്തിയാകുന്നതെന്നും അവരുടെ സംസ്കാരമെന്താണെന്നും അവർക്കറിയാം.

സഹവാസം

മെക്സിക്കോ ഹൈലാന്റ് പ്രദേശത്ത് എൻഒക്കാട്ടൻ എന്ന സ്ഥലത്ത് യുവതികൾ അവരുടെ ആദ്യത്തെ സഹവാസത്തിനായി കാത്തിരിക്കുന്നു. ഒരേ വിശ്വാസത്തിനു കീഴിലുള്ളവരാണിവർ.

1215 ലെ നാലം ലാറ്ററിയൻ കൗൺസിലിന്റെ ഒരു ഡിക്രി പ്രകാരം ക്രിസ്തീയ സമൂഹത്തിലെ എട്ടുമുതൽ പതിനാലുവരെയുള്ള കുട്ടികൾക്ക് ഹൃദയസംവാദനത്തിനുള്ള അവസരങ്ങൾ പുരോഹിതന്മാരുടെയും മേൽനോട്ടത്തിലാണ് അവർ ഒത്തുചേരുന്നത്. വെള്ള വസ്ത്രം അവരുടെ മനസ്സിന്റെയും ആത്മവിശുദ്ധിയുടെയും പ്രതീകമാണ്. അവർ

അവിടെ വെച്ച് തിരുവത്താഴം- ക്രിസ്തുവിന്റെ മാംസവും രക്തവും എന്ന സങ്കൽപത്തിന്റെ അപ്പവും വീഞ്ഞും സ്വീകരിക്കുന്നു. ഇങ്ങിനെ അവർ ദൈവവും സമൂഹവുമായി പങ്കുചേരുന്നു.

ഇടിയുടെ സ്വീകരണം

ഈസ്റ്റ് ലോസ്ഏഞ്ചൽസിലെ യുവതികളുടെ ഒരു സംഘം അവരുടെ പുതിയ അംഗത്തെ തെരുതെരെ ഇടിക്കുന്നു. ശൈശവത്തിന്റെ ദൗർബല്യങ്ങൾക്കു പകരം യൗവനത്തിന്റെ പ്രതിരോധശേഷി സ്വായത്തമാക്കാനുള്ള ആദ്യപരിശീലനം.

റാഗിങ്ങ്

ഓരോ സമൂഹവും അതിലെ അംഗങ്ങളിൽനിന്നും ആവശ്യപ്പെടുന്ന പെരുമാറ്റരീതികളുണ്ട്. അത് സമർത്ഥന്മാരെയും നാണംകുണുങ്ങികളെയും തങ്ങളുടെ നിരയിലേക്ക് കൊണ്ടുവരാൻ സമൂഹത്തിന് അതിന്റെ വഴികളുണ്ട്. മതപരവും വിശ്വാസപരവുമായ അനുഷ്ഠാനങ്ങൾ ഈ ശ്രമത്തിന്റെ ഭാഗമാണ്. പരമ്പരാഗതമായ രീതികൾ പ്രായോഗികമോ ഫലപ്രദമോ അല്ലാത്ത മേഖലകളുണ്ട്. അവിടെ പുതിയ സമ്പ്രദായങ്ങളും ചടങ്ങുകളും ആരംഭിക്കപ്പെടും. കാലം പിന്നീട് അതിനെയും അലംഘനീയമായ ആചാരമാക്കി മാറ്റും. പ്രത്യേക തൊഴിൽ രംഗങ്ങൾ, ചെറിയ സംഘങ്ങൾ എന്നിവിടങ്ങളിൽ വിശ്വാസമോ മതമോ പരിഗണിക്കാതെ തികച്ചും നൂതനമായ ചില സാമൂഹ്യവൽക്കരണ പ്രവർത്തനങ്ങൾ നടക്കും. കുറ്റവാളികളെ വെളിച്ചത്തു നിർത്തുന്നതിന് വേണ്ടി നഗ്നരാക്കുക. ഇതൊക്കെ പൊതുധാരയിലേക്ക് ഒതുക്കിനിർത്തുന്നതിനും വളർത്തിയെടുക്കുന്നതിനുംവേണ്ടിയുള്ള ശ്രമങ്ങളാണ്, വിദ്യാർത്ഥികൾക്കിടയിൽ നടക്കുന്ന റാഗിംഗ്. അത് ഗുണപരമായ പ്രയോഗത്തിൽ സാമൂഹ്യവൽക്കരണ ചടങ്ങാണ്. ലക്ഷ്യരഹിതമാവുമ്പോൾ അത് മൃഗീയവുമാണ്.

ബ്രഹ്മചാരി

മനുഷ്യജീവിതത്തെ നാലു ഘട്ടങ്ങളായാണ് ഭാരതീയാചാര്യന്മാർ കണക്കാക്കിയത്. ബ്രഹ്മചര്യം, ഗാർഹസ്ഥ്യം, വാനപ്രസ്ഥം, സന്യാസം.

ഇവയെ നാലാശ്രമങ്ങൾ എന്നുപറയുന്നു. ബ്രഹ്മചര്യാശ്രമത്തിന്റെ കാലം ബാല്യകൗമാര പ്രായമാണ്. ബ്രഹ്മചാരി തേൻ, മാംസം, ഗന്ധം, പുഷ്പം, സ്ത്രീകൾ, തൈര്, പാൽ, നെയ്, എണ്ണ തേച്ചുകുളി, ചെരിപ്പ്, കുടം, കാമം, ക്രോധം, നർത്തനം, ഗീതം, ചൂതുകളി, പരിഹാസം, അസത്യം, ഹിംസ ഇതെല്ലാം ഉപേക്ഷിക്കണം. തനിച്ചു കിടക്കണം. പ്രഭാതത്തിൽ നദിയിൽ കുളിക്കണം. ഭിക്ഷയെടുത്ത് അന്നം നേടണം. ഗുരുവിനെ ശുശ്രൂഷിക്കുകയും ഹോമത്തിനാവശ്യമായ സാധനങ്ങൾ ശേഖരിക്കുകയും വേണം. ഗുരുകുലത്തിൽ താമസിക്കുന്ന ബ്രഹ്മചാരി ഗുരുവിനെ മനസാ വാചാ കർമ്മണാ അനുസരിക്കണം. ഗുരുവിന്റെ സ്വജാതിയിലുള്ള പത്നിയെ ഗുരുവിനെപ്പോലെ ആചരിക്കണം. എന്നാൽ ഗുരുവിന്റെ പത്നിയെ എണ്ണ തേക്കുക, കുളിപ്പിക്കുക, ദേഹം തിരുമ്മുക, തല ചീകുക ഇവ ബ്രഹ്മചാരി ചെയ്യാൻ പാടില്ല. ബ്രഹ്മചര്യം കഴിഞ്ഞ് വിവാഹത്തിലേക്ക് കടക്കുന്ന ശിഷ്യൻ ഗുരു ആവശ്യപ്പെടുന്ന ദക്ഷിണ നൽകണം. സ്ത്രീ സംസർഗ്ഗം ചെയ്യുന്ന ബ്രഹ്മചാരി നാസ്തികനത്രേ.

ഗുരുകുലം

കൽക്കത്തയിൽ ഹൈന്ദവസന്യാസിമാരുടെ കൂടെ താമസിച്ച് ഗുരുകുല വിദ്യാഭ്യാസം ചെയ്യുന്നു കുട്ടികൾ.

ഗുരുശിഷ്യ ബന്ധം

ഗുരു ആജ്ഞാപിച്ചാലും ഇല്ലെങ്കിലും വേദാധ്യയനത്തിലും ഗുരുശുശ്രൂഷയിലും ബ്രഹ്മചാരി ദിവസവും ഏർപ്പെട്ടിരിക്കണം. ബ്രഹ്മചാരി ഗുരുസന്നിധിയിൽ ശരീരം, വാക്ക്, ബുദ്ധി, പഞ്ചേന്ദ്രിയം, മനസ്സ് ഇവ അടക്കി കൈകൂപ്പി നിൽക്കണം. ഗുരു പറഞ്ഞാൽ മാത്രം ഇരിക്കുക. ഗുരു ഉണരുന്നതിന് മുമ്പ് ഉണരുകയും ഗുരു ഉറങ്ങിക്കഴിഞ്ഞതിനുശേഷം ഉറങ്ങുകയും ചെയ്യണം. ഗുരു വിളിക്കുമ്പോൾ കിടന്നും ഇരു ന്നും ഉണ്ടും നടന്നും പരാങ്മുഖനായും വിളിക്കരുത്. മറുത്ത് പറയരുത്. ഗുരു ഇരിക്കുമ്പോൾ ഇരുന്നുകൊണ്ടും നിൽക്കുമ്പോൾ നിന്നുകൊണ്ടും നടക്കുമ്പോൾ പിന്നാലെ നടന്നും ഗുരു കിടക്കുമ്പോഴും സമീപമിരിക്കുമ്പോഴും കിടന്നും ഗുരു എതിരെ വരുമ്പോൾ പിന്നോക്കം നിന്നും ഉത്തരം പറയണം. ഗുരുവിന്റെ പേരു പറയാൻ പാടില്ല. ഗുരു ചോദിക്കാതെ ബ്രഹ്മചാരി ഒന്നും

പറയരുത്. വണ്ടി, ഒട്ടകം, മാളിക, പടികൾ, ശിലാതലങ്ങൾ, വള്ളരം എന്നീ സ്ഥലങ്ങളിൽ ബ്രഹ്മചാരിക്ക് ഗുരുവിനോടൊപ്പം ഇരിക്കാം.

ബാല ലാമമാർ

ടിബറ്റ്, ലഡാക്ക് എന്നിവിടങ്ങളിലുള്ള ബുദ്ധഭിക്ഷുക്കളെ ലാമമാർ എന്നു പറയുന്നു. ഒരാൾ ലാമയായി തീരുന്നത് ചെറുപ്പംമുതലേയുള്ള മതപരമായ കർമ്മാനുഷ്ഠാനങ്ങളിലൂടെയാണ്. ജീവിതത്തിൽ സമുദായത്തിന്റെ നേതൃത്വവും പ്രത്യേക അവകാശാധികാരങ്ങളും ലാമമാർക്ക് ലഭിക്കാം. എന്നാൽ ഈ ഉന്നത പദവിയിലെത്തുന്നതിന് അതി കഠിനമായ വ്രതചര്യകളും ജീവിതരീതികളും അവലംബിക്കണം.

ഓരോ വീട്ടിൽനിന്നും ഒരാളെങ്കിലും ലാമയാവുന്നു. പുരുഷന്മാരും സ്ത്രീകളും ഇങ്ങിനെ ദൈവിക വിഹിതത്തിനായി അനുഷ്ഠാനജീവിതം നയിക്കുന്നുണ്ട്. ലഡാക്കിൽ സ്ത്രീലാമമാരെ ചോഭാ എന്നു പറയുന്നു. ശൈശവത്തിലാണ് ലാമമാരായി കുട്ടികളെ നിശ്ചയിക്കുന്നത്. എട്ടുവയസ്സുവരെ ബാല ലാമമാർ സ്വന്തം വീട്ടിൽത്തന്നെ താമസിക്കുന്നു. അതിനുശേഷം ഗോംഫ എന്ന ഗ്രാമവിഹാരത്തിൽ ഉപരിപഠനത്തിനയക്കുന്നു. ഗോംഫയിൽവെച്ചാണ് ബാല ലാമമാർ കഠിനതപസ്സിലൂടെയും പഠനത്തിലൂടെയും പൂർണ്ണ ലാമമാരായിത്തീരുന്നത്. ലളിതമായ ജീവിതമാണ് ബാലലാമമാർക്ക് വിധിച്ചിട്ടുള്ളത്. ചെവി മൂടുന്ന ഒരു തൊപ്പിയും അരയിൽ പ്രത്യേകമായ ഒരു കെട്ടും ബാല ലാമമാരെ തിരിച്ചറിയാൻ സഹായിക്കുന്നു.

വിദ്യാരംഭം

കേരളത്തിൽ അക്ഷരം പഠിക്കുന്ന കുട്ടികളെ എഴുത്തിനിരുത്തുക എന്ന ചടങ്ങ് വ്യാപകമായി നടത്തുന്നുണ്ട്. ജാതിഭേദമെന്യേ നവരാത്രി കഴിഞ്ഞുള്ള തൊട്ടടുത്ത ദിവസമാണ് വിദ്യാരംഭ ദിനമായി കണക്കാക്കുന്നത്. നവരാത്രിയിലെ ആയുധപൂജ ലക്ഷ്മീദേവിയെയും വിജയദശമിയിലെ ഗ്രന്ഥപൂജ സരസ്വതിയെയും സങ്കല്പിച്ചുകൊണ്ടുള്ളതാണ്. അതുകൊണ്ടാണ് വിജയദശമി വിദ്യാരംഭദിവസമായി ആഘോഷിക്കുന്നത്. എഴുത്തുപള്ളിക്കൂടങ്ങൾ, ക്ഷേത്രങ്ങൾ, ഗൃഹങ്ങൾ എന്നിവിടങ്ങളിൽ സ്വീകാര്യനായ ഒരാചാര്യനെക്കൊണ്ട് കുഞ്ഞുങ്ങൾക്ക് വിദ്യാരംഭം

നടത്തിക്കുകയാണ് ചെയ്യുന്നത്. കുട്ടികളുടെ നാവിന്മേൽ പൊന്നു കൊണ്ടും വിരൽ പിടിച്ച് തളികയിൽ വെച്ചിരിക്കുന്ന ഒണക്കലരിയിലും ഹരിശ്രീ എഴുതിക്കുന്നു. ചിലേടത്ത് മലയാള അക്ഷരമാല മുഴുവൻ ഇങ്ങിനെ നാവിലും അരിയിലും എഴുതാറുണ്ട്. മലയാളഭാഷയുടെ പിതാവായി കണക്കാക്കുന്ന തുഞ്ചത്ത് രാമാനുജനെഴുത്തച്ഛന്റെ ജന്മംകൊണ്ടും കർമ്മംകൊണ്ടും പവിത്രമായ തിരൂർ തുഞ്ചൻ പറമ്പിൽ നാടിന്റെ നാനാ ഭാഗത്തുനിന്നും വിജയദശമി ദിവസം കുട്ടികളെ എഴുത്തിനിരുത്തുവാൻ കൊണ്ടുവരുന്നു.

വിദ്യാധികാരമില്ലാതെ

ഭാരതീയ വിശ്വാസപ്രകാരം വിദ്യയുടെ ദേവതയാണ് സരസ്വതി. പക്ഷെ, വിശ്വാസപ്രകാരം വിദ്യയുടെ വിദ്യാദേവതയെ എല്ലാവർക്കും ആരാധിക്കാൻ പാടില്ലായിരുന്നു. ജനങ്ങളെ ജാതീയമായി ബ്രാഹ്മണൻ, ക്ഷത്രിയൻ, വൈശ്യൻ, ശുദ്രൻ എന്നിങ്ങനെ നാലു വർണ്ണങ്ങളായും അനേകവിഭാഗങ്ങളെ ഒരു വർണ്ണത്തിലും പെടാത്ത അവർണ്ണരായും തരം തിരിച്ചിരിക്കുന്നു.

ശുദ്രർക്കും അവർണ്ണർക്കും വിദ്യാഭ്യാസത്തിന് അവകാശമുണ്ടായിരുന്നില്ല.

ബ്രഹ്മചാരികൾക്കായി നിശ്ചിത വ്യവസ്ഥകൾ എഴുതിവെച്ച മനുസ്മൃതിപോലുള്ള ഗ്രന്ഥങ്ങൾ ശുദ്രനും അവർണ്ണരും ബ്രഹ്മചാരികളോ ഗുരുനാഥനോ മറ്റാരെങ്കിലുമോ വേദം ചൊല്ലുന്നതു കേൾക്കുന്നതുപോലും പാപമാണെന്ന് വിധിയെഴുതി. വിദ്യാധികാരമില്ലാത്ത ഗോത്രങ്ങളെയും സമുദായങ്ങളെയും പത്തൊമ്പതാം നൂറ്റാണ്ടിന്റെ രണ്ടാംപകുതിയിലും ഇരുപതാംനൂറ്റാണ്ടിന്റെ ആദ്യപകുതിയിലുമായി സാമൂഹ്യപരിഷ്ക്കരണ പ്രസ്ഥാനങ്ങളിലൂടെ വിദ്യാഭ്യാസ രംഗത്തെത്തിക്കുകയുണ്ടായി. എന്നാൽ ഇന്നും ഭാരതത്തിൽ വിദ്യാഭ്യാസ അവസരം നിഷേധിക്കപ്പെട്ട കോടിക്കണക്കിന് കുട്ടികളുണ്ട്. വിദ്യാധികാരമില്ലാത്ത അത്തരം കുട്ടികളുടെ ശൈശവവും ബാല്യവും രക്ഷിതാക്കളുടെ ആശ്രയത്വത്തിലും ഭിക്ഷാടനത്തിലും പെറുക്കി തിന്നലിലും ഒതുങ്ങുന്നു. കൗമാരമാവട്ടെ നിർദാക്ഷിണ്യമായ നിലയിൽ ആഹാരം നേടാനുള്ള കഠിനമായ ജോലികളിലേക്ക് അവരെ തള്ളിവിടുന്നു.

ഓത്തുപള്ളി

മുസ്‌ലിം വ്യവഹാരഭാഷയിൽ ഓത്ത് എന്ന പദത്തിന് ഖുർആൻ പാരായണം, മതഗ്രന്ഥങ്ങളുടെ വായന എന്നൊക്കെയാണർത്ഥം. എഴുത്ത് പഠിക്കുമ്പോലെ തന്നെ ഓത്തും പഠിക്കണമെന്ന് മുസ്ലിംകൾ നിഷ്കർഷിക്കുന്നു. എഴുത്ത് ഭൗതിക വിദ്യാഭ്യാസവും ഓത്ത് മതപഠനവുമാണ്. ഇസ്ലാമിന്റെ വിശ്വാസപ്രമാണങ്ങളും കർമ്മശാസ്ത്ര സിദ്ധാന്തങ്ങളും അറബി ഭാഷയുടെ ആദ്യപാഠങ്ങളുമാണ് ഓത്തുപള്ളിയിൽ പഠിപ്പിച്ചിരുന്നത്. ഓത്തുപള്ളിയിൽ പഠിപ്പിക്കുന്ന അധ്യാപകരെ മുസ്ല്യാർ എന്നു പറയുന്നു. പഴയ ഓത്തുപള്ളിയുടെ സ്ഥാനത്ത് ഇന്ന് മദ്രസകളാണുള്ളത്. ബ്രാഹ്മണരുടെ വേദനപഠനത്തെ ക്യാം ഓത്ത് എന്നു പറയുന്നു.

ഗ്രഡേഷൻ സർക്കിൾ

ഹൈസ്കൂൾ വിദ്യാഭ്യാസം പൂർത്തിയാക്കുന്നത് പടിഞ്ഞാറൻ നാടുകളിൽ ഒരു ജീവിതഘട്ടമായി കരുതുന്നു. വളർച്ചയുടെ ഘട്ടമായി കൗമാരത്തിന്റെ അവസാനവും പ്രായപൂർത്തിയുടെ ആരംഭവുമായാണ് ഹൈസ്കൂൾ വിദ്യാഭ്യാസത്തിന്റെ പരിസമാപ്തിയെ കണക്കാക്കുന്നത്.

ഫൈനൽ ഡേ- ആസ്ത്രേലിയ

സ്കൂൾ പൂട്ടിയ ദിവസം വിദ്യാർത്ഥികൾ സന്തോഷപൂർവ്വം ആ ദിവസം ആഘോഷിക്കുന്നു. ആസ്ത്രേലിയയിൽ കാൻബറെയിൽ അവസാനത്തെ സ്കൂൾദിവസം റസ്റ്റോറന്റുകളിൽ വിദ്യാർത്ഥികൾ ചെറുസംഘമായി എത്തുന്നു. നൃത്തവും പാട്ടും കുടിയും തീനുമായി രാത്രിയുടെ അന്ത്യയാമം വരെ അവർ ആഘോഷിക്കും.

പ്രോം

അമേരിക്കൻസമൂഹത്തിൽ ഹൈസ്കൂൾ കോളേജ് ക്ലാസുകളിൽ പഠിക്കുന്ന പെൺകുട്ടികൾക്ക് പ്രത്യേകമായ ഒരു നൃത്താഘോഷമാണ് പ്രോം. ഇതിനുവേണ്ടി പ്രത്യേകം വസ്ത്രങ്ങളുണ്ട്.

ജോലി ചെയ്തു പഠിക്കുന്നു

യൂറോപ്പിലും അമേരിക്കയിലും വിദ്യാർത്ഥികൾ സ്വതന്ത്രരായി ജീവിക്കുന്നു. രക്ഷിതാക്കളുടെ ധനസഹായമോ നിയന്ത്രണമോ ഇല്ലാതെ ജോലി ചെയ്ത് പണമുണ്ടാക്കുകയും പഠിക്കാനുള്ള സമയം കണ്ടെത്തുകയും ചെയ്യുന്നവരിൽ ആൺകുട്ടികളും പെൺകുട്ടികളും ഉണ്ട്. അവരുടെ സ്വതന്ത്രമായ ലൈംഗിക ജീവിതവും ഇതോടൊപ്പം ആരംഭിക്കുന്നു.

നിലത്തെഴുത്ത്

കേരളത്തിന് ഇരുപതാം നൂറ്റാണ്ടിന്റെ ആദ്യദശകങ്ങൾ വരെ പലേടത്തും കുട്ടികളെ നിലത്തെഴുതിയാണ് പഠിപ്പിച്ചിരുന്നത്. സ്ലേറ്റ്, പെൻസിൽ, കടലാസ്, മഷി ഇതൊന്നും പ്രയോഗത്തിലുണ്ടായിരുന്നില്ല. നിലത്ത് വെൺമണൽ പരത്തി അതിൽ കൈവിരൽകൊണ്ട് എഴുതുകയാണ് നിലത്തെഴുത്തിന്റെ രീതി. നിലത്തെഴുത്ത് പഠിക്കുകയെന്നാണ് വിദ്യാഭ്യാസ ആരംഭത്തെ പൊതുവെ പറഞ്ഞിരിക്കുന്നത്. പാഠപുസ്തകങ്ങൾക്കു പകരം കരിമ്പനയോല ചീന്തിയുണക്കി അതിൽ എഴുത്താണി കൊണ്ടെഴുതിയാണ് വിദ്യാർത്ഥികൾക്ക് പഠിക്കാൻ കൊടുത്തിരുന്നത്. പ്രാചീനകാലത്ത് മഹാകാവ്യങ്ങൾ എഴുതിയിരുന്നതും ഓലകളിലായിരുന്നു.

വിളവെടുപ്പുത്സവം

പാപ്പു ന്യൂഗിനിയയിലെ ലോസിയാ ദ്വീപിൽ പൗർണ്ണമി നാളിൽ ചെറുപ്പക്കാർ വിളവെടുപ്പുത്സവ വേളയിൽ നൃത്തമാടുന്നു. അടുത്തുള്ള ഗ്രാമങ്ങളിൽനിന്നും യുവാക്കൾ ആഹ്ലാദത്തോടെ അതിനായി വന്നെത്തുന്നു.

അലങ്കാരചിത്രം

പ്രായത്തിന്റെയും സാമൂഹ്യപദവിയുടെയും അടിസ്ഥാനത്തിൽ മനുഷ്യശരീരത്തിൽ അലങ്കാര ചിത്രകലകളുണ്ടാകുന്ന രീതി അനേകം ആദിവാസി സമൂഹങ്ങളിൽ നിലവിലുണ്ട്.

സുഡാനിലെ കാവ്യവർഗ്ഗത്തിൽപ്പെട്ട സ്ത്രീയുടെ ശരീരത്തിലെ അല

ങ്കാരകലകൾ യൗവനാരംഭത്തോടെയാണ് ഉണ്ടായിത്തുടങ്ങുക. യൗവനാരംഭത്തോടെ നാഭിമുതൽ മുലവരെ കലകളുണ്ടാക്കുന്നു. പ്രായപൂർത്തിയാവുന്നതോടെ ഇവ വർദ്ധിക്കുന്നു. ആദ്യത്തെ കുട്ടിയുടെ മുലകുടി മാറുന്നതോടെ അവർ അവസാനത്തെ അടയാളം വെയ്ക്കൽ പൂർത്തിയാക്കുന്നു. ചന്തിയിലും കാലുകളുടെ പിൻഭാഗത്തുമാണ് അവസാനത്തെ ചിത്രലേഖനം.

ഓരോ മനുഷ്യസ്നേഹവും അവരുടെ വംശമുദ്രകളായ ചിത്രങ്ങൾ ശരീരത്തിൽ രേഖപ്പെടുത്തുന്നു. ഏതാണ് ഭംഗി, ഏതാണ് കൂടുതൽ ലൈംഗികപ്രചോദനപരം ഏതാണ് ഭ്രമാത്മകം ഏതാണ് സാമൂഹ്യസൂചകം എന്ന് അവർക്കറിയാം. ശാരീരിക അലങ്കാരങ്ങൾ ഒരു ഗോത്രത്തിന്റെ ഭാഷയായി, അടയാളമായി അതിലെ അംഗങ്ങൾക്ക് വായിക്കാം.

പച്ചകുത്ത്

ഭാരതത്തിൽ ശരീരത്തിൽ പച്ചകുത്തുക എന്ന അലങ്കാര ചിത്രകല വ്യാപകമായി പ്രചാരത്തിലുണ്ട്. കൈകാലുകൾ, മാറിടം, പുറം, മുഖത്തിന്റെ ചില ഭാഗങ്ങൾ എന്നിവിടങ്ങളിൽ പച്ച കുത്തുന്നു. പച്ച, നീല എന്നീ നിറങ്ങളിലുള്ള മഷി തൊലിക്കടിയിലേക്ക് സൂചികൊണ്ട് കുത്തിയിറക്കിയാണ് പച്ചകുത്തൽ നടത്തുന്നത്. ശരീരത്തിൽ മഷികൊണ്ട് അലങ്കാരചിത്രങ്ങൾ വരയുന്നു. പിന്നീട് അതിൽ സൂചികുത്തി മഷി ശരീരത്തിലേക്ക് തിരുവി പിടിപ്പിക്കുന്നു. ഒരിക്കൽ പച്ച കുത്തിയാൽ അത് മാഞ്ഞുപോകാതെ നിൽക്കും. ചില ഗോത്രവർഗ്ഗക്കാർക്കിടയിൽ പച്ചകുത്ത് ഒരാചാരമെന്ന നിലയിൽ നടത്താറുണ്ട്. ദക്ഷിണേന്ത്യയിൽ പച്ചകുത്ത് തൊഴിലായി സ്വീകരിച്ച വർഗ്ഗമാണ് കുറവന്മാർ.

ചൂടുവെയ്ക്കൽ

ശരീരത്തിൽ അലങ്കാരകലകളുണ്ടാക്കുന്നതിന് തൊലിയിൽ ചൂടുവെയ്ക്കുന്ന സമ്പ്രദായമുണ്ട്. തൊലി പൊള്ളിക്കരിഞ്ഞ് അവിടെ സ്ഥിരമായ അടയാളമുണ്ടാവുന്നു. കിഴക്കെ ആഫ്രിക്കയിലെ കിക്കുകൾ വിവാഹത്തിനുമുമ്പ് ശരീരത്തിൽ അലങ്കാരവടുക്കളുണ്ടാക്കുന്നു. ആസ്ത്രേലിയ, ടാസ്മേനിയ, മെലനേഷ്യ, അമേരിക്ക എന്നിവിടങ്ങളിലെ ഗോത്രവർഗ്ഗക്കാരും ഇങ്ങിനെ ചെയ്യാറുണ്ട്. നീലഗിരിയിലെ തോഡവർ എരുമയെ കറക്കാൻ ശാരീരിക ശേഷി കിട്ടുന്നതിനുവേണ്ടി വലത്തെ തോളിൽ

ചൂടുവെയ്ക്കാറുണ്ട്. മരവെട്ടിത്തലി ചെടിയുടെ തണ്ടുകൾ പഴുപ്പിച്ച് വെച്ചാണ് കലയുണ്ടാക്കുന്നത്. ന്യൂഗിനിയിൽ ഒരു പുരുഷൻ ആദ്യമായി ഒരു കടൽപ്പശുവിനെ പിടിച്ചുകൊണ്ടുവന്നാൽ അയാൾക്കുള്ള വിജയ ചിഹ്നമായി മാറിൽ ചൂടുവെക്കുന്നു. ഈ അഭിമാനമുദ്രയുണ്ടാക്കേണ്ടത് അയാളുടെ സ്വന്തം സഹോദരിതന്നെയാണ്. ഈ മുദ്രയാണ് പുരുഷത്വ ത്തിന്റെ ലക്ഷണം. സ്ത്രീകൾ ആദ്യമായി ഗർഭിണികളായാൽ തോഡ വർ കൈകളിൽ ചൂടുവെക്കുന്നു.

മഞ്ഞൾ, വേപ്പുതണ്ട് എന്നിവ ചൂടാക്കിയാണ് അടയാളമുണ്ടാക്കു ന്നത്. ആന്ധ്രയിലെ മാലന്മാർ, കൈക്കോളന്മാർ, ലിംഗായത്തുകൾ എന്നി വർക്കിടയിലും ഈ ആചാരമുണ്ട്.

ഋതുപ്രാപ്തി

ഗാബോണിലെ ഇഷ ഇറാ പെൺകുട്ടികൾ, ഋതുകാലചര്യയുടെ ഭാഗ മായി ഒരു കുടിലിൽ മാറി താമസിക്കുന്നു. മുഖത്ത് വെളുത്ത കളിമണ്ണ് പൂശുന്നു. ഈ അലങ്കാരം സമുദായാംഗങ്ങൾ പെട്ടെന്ന് തിരിച്ചറിയും. ആഫ്രിക്കയിലെല്ലായിടത്തും ഈ പതിവുണ്ട്.

ഓരോ സന്ദർഭത്തിലും ധരിക്കുന്ന വസ്ത്രത്തിന്റെ തരവും നിറവും ശരീരത്തിൽ ചായം പൂശുന്നതും നിശ്ശബ്ദമായ സാമൂഹ്യ ആശയ വിനി മയ ഉപാധിയാണ്. ചുവപ്പ് രക്തത്തിന്റെയും ജീവിതത്തിന്റെയും പ്രതീ കമായി ആഫ്രിക്കയിൽ കണക്കാക്കുന്നു. വെള്ള ശക്തിയുടെയും ഉല്പാ ദനക്ഷമമായ ആരോഗ്യത്തിന്റെയും പ്രതീകവുമാണ്.

മഞ്ഞക്കുളി

ഋതുമതികൾ മഞ്ഞളരച്ച് ശരീരത്തിൽ തേച്ചുകുളിക്കുന്നു. പ്രസവിച്ച സ്ത്രീകൾ മഞ്ഞളും മാവിന്റെ തോലും ചേർത്തിടിച്ച് പൊടിയാക്കി കുഴച്ച് കുളിക്കുന്നതിനുമുമ്പേ ശരീരത്തിൽ തേക്കുക പതിവായിരുന്നു. ദക്ഷിണേന്ത്യയിൽ പൊതുവെ മഞ്ഞക്കുളി ഒരാചാരമായിത്തന്നെ നട ക്കുന്നുണ്ട്. കേരളത്തിൽ നമ്പൂതിരി സ്ത്രീകളും, ക്ഷത്രി യ സ്ത്രീകളും നായർസ്ത്രീകളും ഋതുസ്നാനത്തിന് മഞ്ഞൾ ഒരു വിശിഷ്ട വസ്തു വായി കരുതി ഉപയോഗിക്കുന്നു. ഒരു ഔഷധമെന്ന നിലയിലും സൗന്ദ ര്യവർദ്ധക വസ്തു എന്ന നിലയിലും ആധുനികകാലത്ത്, മഞ്ഞൾ മിക്ക

വാറും ശരീരലേപന കൂട്ടുകളിൽ ചേർക്കുന്നുണ്ട്.. പെൺകുട്ടികൾ ഋതുമതിയായി കഴിഞ്ഞാൽ നാലുകുളിക്കും അഞ്ചുകുളിക്കും പല സമുദായങ്ങൾക്കിടയിലും മഞ്ഞൾ തേക്കുകയെന്നത് നിർബന്ധമാണ്. കുളി കഴിഞ്ഞാലും ശരീരത്തിൽ മഞ്ഞളിന്റെ നിറം ബാക്കിയാവും. ഇത് പെൺകുട്ടിയെ സംബന്ധിച്ചിടത്തോളം സമൂഹത്തിനുള്ള ഒരടയാളം കൂടിയാണ്, ഇതാ ഒരു വിവാഹയോഗ്യ എന്ന നിശ്ശബ്ദ വിളംബരം.

ഋതുപ്രാപ്തി അമേരിക്കയിൽ

അമേരിക്കയിലെ അപ്പാച്ചിഗോത്രത്തിലെ ഒരു പെൺകുട്ടി ഋതുമതിയാവുന്നത് അവളുടെ പ്രായപൂർത്തിഘട്ടമായി കണക്കാക്കുന്നു. ഋതുവായ അപ്പാച്ചി പെൺകുട്ടിയെ പ്രായമായ സ്ത്രീകൾ സ്വഗോത്രത്തിലേക്ക് സ്വീകരിക്കുന്നു. പെൺകുട്ടി ഋതുമതിയായി നാലുദിവസം ഗോത്രമഹത്വത്തെപ്പറ്റി സംസാരിക്കുന്നു. ഒന്നാംദിവസം അവളുടെ അമ്മൂമ്മ ആചാരപ്രകാരമുള്ള വേഷം അണിയിക്കുന്നു. പുറത്ത് മുതിർന്നവർ പാടിക്കൊണ്ടിരിക്കും. അമ്മൂമ്മ ഒരു സ്ത്രീക്കാവശ്യമായ ഉപദേശങ്ങൾ അകത്തിരുന്നു നൽകും. അതിനുശേഷം മഞ്ഞ കാറെയിൻ ചെടിയുടെ ഭാഗങ്ങൾ കലക്കി യുവതിയുടെ മേൽ തളിക്കും. ഉല്പാദനക്ഷമതയുടെ പ്രതീകമായാണ് ഈ പൂമ്പൊടി വെള്ളം അഭിഷേകം ചെയ്യുന്നത്.

തിരണ്ടുകല്യാണം

തിരണ്ടുകുളി, തിരണ്ടുമംഗലം എന്നീ പേരുകളിലും പെൺകുട്ടികളുടെ ആദ്യത്തെ ഋതുത്വം അറിയപ്പെടുന്നു. അശുദ്ധിയുടെയും അതേ അവസരം പ്രായപൂർത്തിയായെന്ന ആഹ്ലാദത്തിന്റെയും ജീവിതഘട്ടമാണിത്. ഋതുമതിയാവുന്നതിനു മുമ്പെ പെൺകുട്ടികളെ വിവാഹം ചെയ്തു കൊടുക്കണം എന്നായിരുന്നു പല സമുദായങ്ങളിലെയും നടപ്പ്. ഋതുമതിയായതിനുശേഷം മാത്രമേ വിവാഹയോഗ്യയാവുന്നുള്ളു എന്നായിരുന്നു നിശ്ചയം. രണ്ടായാലും ഒരു പെൺകുട്ടിയുടെ ജീവിതത്തിലെ ഏറ്റവും പ്രാധാന്യമേറിയ ഒരു സംഭവമാണ് തീണ്ടാരിയാകൽ. ശാരീരികമായി സ്ത്രീയുടെ സന്താനോല്പാദനാവയവങ്ങളുടെ വളർച്ച പൂർത്തിയായി എന്നതിന്റെ തെളിവു കൂടിയാണിത്. ആദ്യത്തെ ഋതുസ്നാനം ആഘോഷമെന്ന നിലയിലാണ് എല്ലായിടത്തും നടത്തുന്നത്.

ഋതുസ്നാനം കേരളത്തിൽ

രജസ്വലയായ സ്ത്രീയെ തൊട്ടാലും അവൾ അടുത്തുവന്നാലും കുളിച്ചിട്ടേ ഭക്ഷണം കഴിക്കാവൂ എന്നാണ് ബ്രാഹ്മണർക്കിടയിലുണ്ടായിരുന്ന ആചാരം. തീണ്ടാരിപ്പുര പ്രത്യേകം നിർമ്മിക്കുകയും ഋതുവായ സ്ത്രീയെ അവിടെ മാറ്റി പാർപ്പിക്കുകയുമാണ് കേരളത്തിലെ പതിവ്. ആഢ്യനെന്നോ ആദിവാസിയെന്നോ ഭേദമില്ലാതെയാണ് ഈ ആചാരം പാലിച്ചിരുന്നത്. മലക്കാരന്മാർ, വയനാടൻ പുലയൻ, കുറിച്യർ, മുഡുകർ, എരവാലന്മാർ, മലമ്പർ, മുതുവാന്മാർ, മലയരയൻ, ഊരാളികൾ, പളിയർ, മരപ്പണ്ടാരങ്ങൾ, മലവേടർ, കൊച്ചുവേലർ, മലക്കുറവർ തുടങ്ങിയ ആദിമഗോത്രങ്ങളെല്ലാം തീണ്ടാരിയായ സ്ത്രീക്ക് താമസിക്കാൻ പ്രത്യേകമായി സ്ഥിരം കുടിലുകൾ കെട്ടുന്നവരാണ്. നായർ, ഈഴവർ തുടങ്ങിയവർക്കിടയിലും ഋതുമതിക്ക് വീട്ടിനകത്ത് പ്രവേശനമില്ല. മാറി താമസിക്കണമായിരുന്നു.

സയറിലെ പെൺകുട്ടി

ആഫ്രിക്കയിൽ സയറിലെ ലസ്സിവർഗ്ഗത്തിൽ പെട്ട പെൺകുട്ടി ആദ്യമായി ഋതുവായപ്പോൾ ആഘോഷത്തിൽ പങ്കെടുക്കാൻ അണിഞ്ഞൊരുങ്ങുന്നു. ആദ്യഋതുകാലത്ത് ഒരുമാസം പ്രത്യേക കുടിലിൽ താമസിക്കുന്നു. അതേ പ്രായത്തിലുള്ള മറ്റു പെൺകുട്ടികളും അവളോടൊപ്പമുണ്ടായിരിക്കും. സമുദായത്തിലെ മുതിർന്ന ഒരു സ്ത്രീ ലൈംഗികതയെയും സന്താനോല്പാദനത്തെയും പറ്റി പെൺകുട്ടികൾക്ക് ഉപദേശം നൽകുന്നു. ആണുങ്ങളെയും ആൺകുട്ടികളെയും നിർബന്ധമായും ഒഴിവാക്കി നിർത്തുന്നു.

തിരണ്ടുകല്യാണവും ആർത്തവവും

കേരളത്തിൽ തിരണ്ടുകല്യാണത്തിന് വിവിധ ജാതി ഗോത്രങ്ങൾക്കിടയിൽ വൈവിധ്യപൂർണ്ണമായ ആചാരങ്ങൾ നിലവിലുണ്ട്. മാറ്റി പാർപ്പിക്കുക, അശുദ്ധിയുടെ അവസാനദിവസം ആഘോഷപൂർവ്വം കുളിപ്പിക്കുക എന്നിങ്ങനെയുള്ള കാര്യങ്ങളിൽ സമുദായഭേദമോ ദേശഭേദമോ ഇല്ല. ഈ പ്രധാന ഘടകങ്ങൾ എല്ലാവരും സ്വീകരിക്കുന്നു. ആദ്യത്തെ ഋതുകാലത്തുമാത്രമേ ഇത്തരം വിശേഷ ചടങ്ങുകളുള്ളൂ

വിവാഹയോഗ്യ

വ്യവസ്ഥാപിതമായ സാമൂഹ്യസംവിധാനത്തിൽ വിവാഹം ജീവിതത്തിന്റെ ഏറ്റവും പ്രധാനപ്പെട്ട ഒരു ആചാരമാണ്. ആചാരം അവസാനിക്കുന്നതും യൗവനം ആരംഭിക്കുന്നതുമായ ഒരു സന്ധിയാണ് വിവാഹം. പരിഷ്കൃത ജനവിഭാഗങ്ങൾക്കിടയിൽ ഋതുപ്രാപ്തിയാണ് വിവാഹയോഗ്യതകളുടെ മാനദണ്ഡം. ഉത്തരേന്ത്യയിൽ മാത്രമാണ് വ്യാപകമായ നിലയിൽ ശൈശവവിവാഹങ്ങൾ നടന്നതും നടക്കുന്നതും. ലോകത്ത് മറ്റൊരിടത്തും ബാലികാവധൂവരന്മാരെ ഇതേ ഉദാരമനസ്സോടെ സമൂഹം ആശിർവദിക്കുന്നില്ല.

യുവാക്കളുടെ കാര്യത്തിൽ സ്വന്തം കഴിവും പ്രാപ്തിയും തെളിയിക്കുകയാണ് വിവാഹയോഗ്യത നേടാൻ വേണ്ട ഉപാധി. ശക്തനും ധീരനുമായിരിക്കുകയെന്നത് ആദിമഗോത്രങ്ങളെല്ലാം പുരുഷന്റെ അടിസ്ഥാനയോഗ്യതയായി പരിഗണിച്ചിരുന്നു. കായികശേഷിയുടെ മൂല്യം നിർണ്ണയിക്കാനുള്ള പരീക്ഷണങ്ങൾ, അധ്വാനരംഗങ്ങൾ, വേട്ട ഇതൊക്കെയാണ് പുരുഷനായി തീർന്നെന്ന് തെളിയിക്കാനുള്ള കർമ്മങ്ങൾ. പ്രകൃതിയും പരിസരവും ഉയർത്തുന്ന വെല്ലുവിളികളെ എങ്ങിനെ നേരിടുന്നു, ഇതാണ് തങ്ങളുടെ യുവാക്കളിൽ പ്രതീക്ഷിക്കുന്നത്.

സാമൂഹ്യ അംഗീകാരം

ലോം വിശുദ്ധ ഭവനത്തിലെ ടോഗോയുവതികൾ, വോഡൂൺ ഗോത്രത്തിൽപ്പെട്ട ഇവർക്ക് ആവശ്യമായ ജീവിതചര്യകളെക്കുറിച്ചുള്ള പാഠങ്ങൾ ലഭിക്കുന്നത് വിശുദ്ധഭവനത്തിൽനിന്നാണ്. മാറ്റി പാർപ്പിക്കപ്പെട്ട യുവതികൾക്ക് സമൂഹത്തിലെ മുതിർന്ന സ്ത്രീകൾ ശാസ്ത്രീയമായി നിർദ്ദേശങ്ങൾ നൽകുന്നു. കുടുംബത്തിൽ തിരിച്ചെത്തിയ യുവതികൾ സാമൂഹ്യമായി അംഗീകരിക്കപ്പെടുന്നു.

മധുരപ്പതിനാറ്

അമേരിക്കയിൽ ന്യൂയോർക്കിലെ കിഴക്കൻ മിയാഡോവിലെ പതിനാറുകാരിയായ രണ്ടുകുട്ടികൾ. പതിനാറാംവയസ്സിൽ അവർ യുവതികളായി എന്ന് അമേരിക്കൻ സമൂഹം ഇന്ന് അംഗീകരിക്കുന്നു. 1961 ലെ സ്വീറ്റ് സിക്സ്റ്റീൻ എന്ന പ്രസിദ്ധമായ ഒരു ഗാനത്തിനുശേഷം മധുരപ്പ

തിനാറ് എന്ന പ്രയോഗം സർവ്വസാധാരണമായിരിക്കുന്നു. മധുരപ്പതിനേഴ് എന്ന പ്രയോഗം പഴഞ്ചനായിപ്പോയി.

ഖബർ

മൃതദേഹങ്ങൾ അടക്കം ചെയ്യുന്ന സ്ഥലം. ജഡം മണ്ണിൽ കുഴിച്ചിടണമെന്നാണ് ഇസ്‌ലാമിക രീതി. ആറടിതാഴ്ചയിലാണ് ശവക്കുഴി തയ്യാറാക്കേണ്ടത്. കഅബക്ക് അഭിമുഖമായിട്ടാണ് ജഡം വെക്കേണ്ടത്. ഖബറിൽ വെക്കുമ്പോൾ അല്ലാഹുവിന്റെ സഹായത്തോടെ റസൂലിന്റെ മതപ്രകാരം ഞാനീ മൃതദേഹം ഖബറടക്കുന്നു എന്നു ചൊല്ലണം. മൃതദേഹം ഖബറിൽ കിടത്തുമ്പോൾ ഒരു വിരിപ്പ് കിടക്കാനിട്ടുകൊടുക്കാം. ഞാൻ നിങ്ങളെ മണ്ണിൽനിന്നു സൃഷ്ടിച്ചു. അതിലേക്ക്തന്നെ ഞാൻ നിങ്ങളെ മടക്കുന്നു...അതിൽനിന്നുതന്നെ വീണ്ടുമൊരിക്കൽ ഞാൻ നിങ്ങളെ പുറപ്പെടുവിക്കുകതന്നെ ചെയ്യും എന്ന ഖുറാൻ സൂക്തഭാഗം ചൊല്ലി മൂന്നു ചെറുകല്ലുകളോ മൺകട്ടയോ തലഭാഗത്തുവെക്കുന്നു. മൃതദേഹത്തിലേക്ക് മണ്ണ് ഇടിഞ്ഞുവീഴാതിരിക്കാനായി കല്ലോ പലകയോ വെക്കുന്നു. തലഭാഗം മുതൽ മണ്ണിട്ടു മൂടണം. ഖബർസ്ഥാനം നികത്തി അതിന്റെ മധ്യഭാഗം ഒട്ടകത്തിന്റെ പൂഞ്ഞപോലെ അല്പം ഉയർത്തി വെള്ളം തളിക്കണം. ഖബറിന്റെ അടയാളമായി കല്ലോ ചെടിയോ വെക്കണം. ഖബറുകൾ കെട്ടിയുയർത്തുന്നതും അവ മോടിപിടിപ്പിക്കാൻ സിമന്റോ കുമ്മായമോ ഉപയോഗിക്കുന്നതും നബി കർശനമായി നിരോധിച്ചു. അതിൻമേൽ കെട്ടിടമോ സ്തൂപമോ മറ്റെന്തെങ്കിലും സ്മാരകമോ പണിയാവതല്ല. ഖബറിന്മേൽ ഇരിക്കുന്നതും അതിനഭിമുഖമായി നിന്ന് പ്രാർത്ഥിക്കുന്നതും അനുവദിക്കുന്നില്ല. മരിച്ച ആളുടെ രൂപമോ പേരോ, ഖബറിന്മേൽ പൂച്ചെടി വെക്കുന്നതോ, പൂന്തോട്ടമാക്കുന്നതോ തെറ്റാണ്.

ശവം ഉണക്കി സൂക്ഷിക്കുന്നു

പോപ്പുയുഗതിയിൽ വർഗ്ഗക്കാർ മരിച്ചുപോയ ബന്ധുക്കളെ മമ്മിയാക്കി പുതച്ച് സൂക്ഷിക്കുന്നു. ഒരാൾ മരിച്ചാൽ നിലവിളിച്ചുകൊണ്ട് ബന്ധുക്കൾ ശവശരീരത്തിനുമുകളിൽ വീണുരുളും. ചളി തിന്നുക, മുടി പിടിച്ചുവലിച്ച് സ്വയം പീഡിപ്പിക്കുക, കല്ലുകൊണ്ട് നെറ്റി കുത്തിപ്പൊ

ട്ടിച്ച് ചോരയൊലിപ്പിക്കുക, ഇങ്ങനെ തീവ്രമായ ദുഃഖാചരണം നാലുദിവസം നീണ്ടുനിൽക്കും.

ദുഃഖാചരണം കഴിഞ്ഞ് നാലാംനാൾ മുതൽ ശവം തീ കത്തിച്ച പുകയിൽ ഉണക്കിയെടുക്കുന്നു. അനേകദിവസം കഴിയുമ്പോൾ തീരെ ജലാംശമില്ലാതെയായിത്തീരും. ഇങ്ങനെ ഉണക്കി മമ്മിയാക്കി മാറ്റിയ ശവശരീരം ബഹുമാന്യമായ നിലയിൽ ഒരു പ്രത്യേക സ്ഥലത്ത് സൂക്ഷിക്കുന്നു.

ഈജിപ്തിൽ മമ്മികളാക്കി ശവക്കല്ലറയിലാണ് സൂക്ഷിക്കുന്നത്. ഇവിടെയാകട്ടെ തുറന്ന അന്തരീക്ഷത്തിൽ എല്ലാവർക്കും കാണത്തക്കവിധം പ്രദർശിപ്പിക്കുന്നു.

കണ്ണീർപുര

മെഡഗാസ്ക്കറിൽ പൊതുവെ വിശ്വസിക്കപ്പെടുന്നത് തങ്ങളുടെ ഭാഗദേയം നിയന്ത്രിക്കുന്നത് പൂർവ്വികരാണെന്നത്രെ. ശവസംസ്കാര ചടങ്ങിൽ അവർ പരേതനോടുള്ള ബഹുമാനം പ്രദർശിപ്പിക്കുന്നു. ചരമാഘോഷമാണ് ദ്വീപിലെ പ്രധാനപ്പെട്ട സാമൂഹ്യ ആഘോഷം.

ദക്ഷിണി മഡ്ഗാസ്കറിൽ ബാറ എന്ന സ്ഥലത്ത് ഒരാൾ മരിച്ചാൽ അവിടെ കണ്ണീർപുരയിൽ മൂന്നുദിവസം സ്ത്രീകൾ വിലപിച്ചുകൊണ്ടിരിക്കും. മൂന്നുദിവസത്തെ ഉറക്കമിളിപ്പിനുശേഷം ആണും പെണ്ണും പിരിഞ്ഞുപോകും പിന്നീട് രാത്രി കുടിച്ചും ചാടിയും നൃത്തം ചെയ്തും ആഘോഷിക്കുന്നു. മൂന്നാംദിവസമാണ് ശവമടക്കുക, ശവസംസ്കാര സ്ഥലത്തേക്ക് പ്രായം ചെന്ന ഒരാൾ ഓടിച്ചെന്ന് ഒരു പൂർവ്വികന്റെ ആഗമനം വിളിച്ചുപറയുന്നു.

മലഗാസി

മലഗാസിക്കാരുടെ വിശ്വാസത്തിൽ ജനനമരണമാസത്തിൽ ജഡം ജീർണ്ണിക്കുന്നത് അവസാനഘട്ടത്തിലാണ്. ജീർണ്ണിക്കാത്ത എല്ലുകൾ എടുത്ത് കഴുകി അത് ആത്മീയജീവിതകാലത്തേക്കായി മാറ്റിവെയ്ക്കുന്ന പതിവ് ഇവർക്കിടയിലുണ്ട്. എല്ലുകൾ പുറത്തെടുക്കുന്നത് ആഘോഷപൂർവ്വമാണ്. നൃത്തവും കളികളും നടത്തും. അവസാനം അവ വീണ്ടും ശവകുടീരത്തിൽ സൂക്ഷ്മതയോടെ അടക്കം ചെയ്യും.

പാണ്ടി ബലി

മരിച്ചവരുടെ ശവമടക്കത്തിന് ശേഷം പന്ത്രണ്ടാം ദിവസമോ പതിമൂന്നാം ദിവസമോ നടത്തുന്ന ചടങ്ങ്. വാഴത്തടകൊണ്ട് നിർമ്മിച്ച ഒരു ബലിത്തറയാണ് പാണ്ടി. ഇതിനുമുകളിൽ നെയ്ത്തിരികൾ കത്തിച്ചു വെയ്ക്കും. ചെറുപന്തങ്ങൾ കുത്തിനിറുത്തുകയും ചെയ്യും. പാണ്ടിബലി ഒഴുക്കുന്നത് രാത്രിയിലാണ്. പാണ്ടിബലി ഒഴുക്കുമ്പോൾ നദികളിലാവണം എന്നുണ്ട്. മലയർ, പുള്ളുവർ എന്നീ സമുദായക്കാർ വാഴത്തടകൊണ്ടുള്ള പാണ്ടി ഒഴുക്കുമ്പോൾ തീയർ വാഴയില കോട്ടിയുണ്ടാക്കിയ ഒരു വലിയ കുമ്പിളിൽ പൂവുംതിരിയും വെച്ച് ഒഴുക്കുന്നു. ഇലക്കുമ്പിളിൽ ഒരു ഓടു കിണ്ണത്തിലോ ഉരുളിയിലോ വെച്ചിരിക്കും. പരേതരുടെ ഏറ്റവും അടുത്ത ബന്ധുക്കളോ ഈ ഓടുപാത്രവുമായി നദിയിൽ ചെന്നു മുങ്ങുന്നു. അപ്പോൾ ഇലക്കുമ്പിൾ ജലത്തിനു മുകളിൽ ഒഴുകിപ്പോവുന്നു. ഒരാൾ കിണ്ണമോ ഉരുളിയോ പിടിച്ചെടുക്കുന്നു. നാല്പതാംദിവസവും പിണ്ഡം ഒഴുക്കുന്ന പതിവുണ്ടായിരുന്നു. കേരളത്തിൽ ഈ ചടങ്ങ് ഇന്ന് അത്യപൂർവ്വമാണ്.

മരണം ജൂതകുടുംബത്തിൽ

ഓഹിയോവിൽ ജൂതകുടുംബത്തിൽ മരണത്തിനു ശേഷം ഒരാഴ്ചയുള്ള ഷിവ എന്ന ദുഃഖാചരണത്തിനായി അംഗങ്ങൾ ഒത്തുകൂടിയിരിക്കുന്നു. ഷിവയുടെ ആദ്യത്തെ മൂന്നുദിവസം തീവ്രമായ ദുഃഖാചരണത്തിനും പിന്നീടുള്ള നാലുദിവസം കീർത്തനത്തിനുമുള്ളതാണ്. പരേതന്റെ മകൻ ദുഃഖസൂചകമായി നെക് ടൈ ധരിക്കില്ല. ഒരാഴ്ച മുഖം ക്ഷൗരം ചെയ്യില്ല. ഒരുമാസം മുടി മുറിക്കുകയില്ല. ഇക്കാലത്ത് വീട്ടിലെ മുഴുവൻ കണ്ണാടികളും മറച്ചുവെയ്ക്കും. സാധാരണജീവിതത്തിലുള്ള പതിവ് സൗകര്യങ്ങളും സുഖഭോഗങ്ങളും ത്യജിക്കും. ഓരോ ദിവസവും പത്തു പേരടങ്ങുന്ന ഒരു സംഘം ആളുകൾ മരണവീട്ടിലെത്തി പ്രാർത്ഥിക്കും. ഒരാഴ്ച മുഴുവൻ മെഴുകുതിരി കത്തിക്കൊണ്ടിരിക്കും. കുടുംബത്തിലെ അംഗങ്ങൾക്കു വേണ്ട ഭക്ഷണം സുഹൃത്തുക്കൾ കൊണ്ടുവരും. ദൈവവിശ്വാസം, മതാചാരം, ജനങ്ങൾ തമ്മിലുള്ള സാഹോദര്യം, പരസ്പരധാരണ എന്നിവ നിലനിർത്തുന്നതിന് ഈ ചടങ്ങുകൾ സഹായിക്കുന്നു.

മമ്മി

പുരാതന ഈജിപ്തിൽ ഒരാൾ മരിച്ചാൽ ബന്ധുക്കളായ സ്ത്രീകൾ മുഖത്തും തലയിലും ചളിയും കളിമണ്ണും പുരട്ടി മാറിടം നഗ്നമാക്കി മാറത്തടിച്ച് കരഞ്ഞുകൊണ്ട് തെരുവിലൂടെ നടക്കും. പുരുഷന്മാർ വില പിച്ചുകൊണ്ട് സ്ത്രീകളെ പിൻതുടരും. ചരമവൃത്താന്തം അറിയിക്കുന്ന തിനുള്ള ആചാരമാണിത്. പിന്നീട് ശവം പുരോഹിതന്റെ വീട്ടിൽ കൊണ്ടു പോകും. അവിടെനിന്നാണ് മമ്മിയാക്കി മാറ്റുന്നത്. മൂന്നുമാസത്തെ ശവ പരിചരണത്തിന് ശേഷം പുരോഹിതന്റെ വീട്ടിൽനിന്നും മമ്മി സ്വീക രിച്ച് കല്ലറയിൽ അടക്കം ചെയ്യുന്നതുവരെ ദുഃഖാചരണ കാലമാണ്. ബന്ധുക്കളും സുഹൃത്തുക്കളും ഇതിൽ പങ്കു ചേരുന്നു. മത്സ്യവും മാംസവും ഉപേക്ഷിക്കും. മമ്മി അടക്കം ചെയ്തു കഴിഞ്ഞേ കുളിക്കു കപോലും ചെയ്യൂ.

ശവങ്ങൾ മമ്മിയായി മാറുന്നത് ഔഷധപ്രയോഗംമൂലമാണ്. പുരോ ഹിതന്മാർക്ക് മാത്രം അറിവുണ്ടായിരുന്ന ഈ രസതന്ത്രവിദ്യ രണ്ടായി രത്തിലധികം വർഷങ്ങൾക്ക് മുമ്പെ നഷ്ടപ്പെട്ടുപോയി. മാംസം, പഴം, അപ്പം, ധാന്യം എന്നിങ്ങനെ നിത്യോപയോഗത്തിനുള്ള പലതും മമ്മിക ളോടൊപ്പം വെച്ചിരുന്നു. കെയിറോവിലെ മ്യൂസിയത്തിൽ മമ്മികൾ സൂക്ഷിക്കുന്നുണ്ട്. രാജാക്കന്മാരുടെ ശവക്കല്ലറകളിൽ സ്വർണ്ണവും രത്നവും അടക്കം ചെയ്തിരുന്നു.

മരിച്ചാലും വിവാഹം

നെമാനിയ: ട്രാൻസിൽ വാനിയയിൽ ഒരു യുവതി വിവാഹത്തിനു മുമ്പേ മരിച്ചാൽ അവളെ വിവാഹവസ്ത്രം അണിയിച്ച് അടക്കം ചെയ്യു ന്നു. പാരമ്പര്യമായ വിശ്വാസപ്രകാരം അസംതൃപ്തമായ ആത്മാക്കൾ തിരിച്ചുവന്ന് ജീവിക്കുന്നവരെ ദ്രോഹിക്കുമത്രേ. അതിനാൽ അവിവാ ഹിതരായി മരിക്കുന്ന ആണിനും പെണ്ണിനും വിവാഹപ്രായത്തിൽ മരി ച്ചാൽ ചടങ്ങിനുള്ള വിവാഹം നടത്തിയതിനുശേഷമേ അടക്കം ചെയ്യു കയുള്ളു. ആത്മാവ് തൃപ്തിയടഞ്ഞാൽ സമൂഹത്തിന് ഭീഷണിയുണ്ടാ വില്ല. ശവവിവാഹം വീട്ടിലാണ് നടത്തുക. വധുവിനോടൊപ്പം ബന്ധു ക്കളും സുഹൃത്തുക്കളുമുണ്ടാകും. പുരോഹിതന്റെ സാന്നിദ്ധ്യത്തിൽ ഒരു ചെറുപ്പക്കാരൻ വരന്റെ സ്ഥാനത്ത് നിന്ന് വിവാഹപ്രതിജ്ഞ ചെയ്യു ന്നു. ഒരു പ്രതിമയെ അവരുടെ സന്തതിയായി സങ്കല്പിച്ച് ശവത്തിനരി

കിൽ വെക്കുന്നു. ഈ വിവാഹത്തിന് മറ്റ് ബാധ്യതകളൊന്നുമില്ല. ശവത്തിനുള്ള വിവാഹം, അടിസ്ഥാനപരമായി സാമൂഹ്യവും ഭൗതികവുമായ ജീവിതവ്യവസ്ഥയുടെ വ്യാപ്തിയെ സൂചിപ്പിക്കുന്നു. കേരളത്തിൽ കാട്ടുനായക്കന്മാർക്കിടയിൽ വിവാഹത്തിന് മുമ്പെ യുവാവ് മരിക്കുന്നത് ദുർലക്ഷണമായി കരുതുന്നു.

ഇക്വഡോർ

ഇക്വഡോറിൽ ഒണ്ടവലോഡിൽ ഒരു കുഞ്ഞിന്റെ ശവസംസ്കാരത്തിലുള്ള ഒരുക്കങ്ങൾ നടത്തുന്നു. മരിച്ച കുഞ്ഞിനെ അമ്മ പുത്തനുടുപ്പുകൾ അണിയിക്കുന്നു. അച്ഛൻ ഒരു പുഷ്പകിരീടം തലയിൽ ചൂടിക്കുന്നു. കുടുംബാംഗങ്ങളെല്ലാം കൂടിയിരുന്നു പ്രാർത്ഥിക്കും. പി ന്നീട് ശവം ശ്മശാനത്തിലേക്ക് കൊണ്ടുപോകും. ഇക്വഡോറിലെ ആ ചാരമനുസരിച്ച് ശ്മശാനത്തിൽനിന്നും വരുന്ന വഴി കുടുംബാംഗങ്ങൾ ആത്മാക്കളുടെ സന്തോഷത്തിനായി നൃത്തം നടത്തും. നേരം പുലരുന്നതുവരെ അത് തുടരുകയും ചെയ്യും.

ശവംതീനികൾ

ഉത്തരേന്ത്യയിൽ ഗംഗാതടത്തിൽ ജീവിക്കുന്ന ഒരു സന്യാസി സമൂഹമാണ് അഗ്ഹോരകൾ. ശവസാധനയും മനുഷ്യമാംസഭോജനവും ഉപാസനയുടെ ഭാഗമായി ഇവർ കരുതുന്നു. ഗംഗയുടെ തീരങ്ങളിൽ ദഹിപ്പിക്കപ്പെടുന്ന ശവങ്ങൾ ചിതയിൽനിന്നും മോഷ്ടിച്ച് കൊണ്ടുപോവുകയും പിന്നീട് അവ തിന്നുകയും ചെയ്യുന്നു. ചിതയിൽനിന്നും ശവശരീരങ്ങൾ കിട്ടുന്നില്ലെങ്കിൽ ഗംഗാനദിയിലൂടെ ഒഴുകിപ്പോകുന്ന അജ്ഞാതശവങ്ങൾ ഭക്ഷിക്കാനായി എടുത്തുകൊണ്ടുപോകുമത്രെ. ശിവഭക്തരെന്ന് സ്വയം വിളിക്കുന്ന അഗ്ഹോരകൾ ശവം തിന്നുന്നതിനുമുമ്പ് അതിനു മുകളിൽ കയറിയിരുന്ന് ഉപാസന നടത്തും. മനുഷ്യമാംസം, പച്ചമത്സ്യം, ശവം, മദ്യം എന്നിവയാണ് അഗ്ഹോരകളുടെ മുഖ്യഭക്ഷണം. ഗംഗയിലൂടെ ഒഴുകിപ്പോകുന്ന ശവങ്ങൾ പിടിച്ചെടുത്ത് സംഘം ചേർന്ന് അഗ്ഹോരകൾ ചുട്ടുതിന്നും. ചിലരാകട്ടെ പച്ചമാംസം തിന്നാനും മടിക്കില്ല. എല്ലുമാലകളാണ് ഇവരുടെ ആഭരണങ്ങൾ.

പണിയർ

കേരളത്തിലെ ആദിമനിവാസികളായ പണിയർക്കിടയിൽ പരേതന്റെ ശവക്കുഴിയിൽ ഒരു പാത്രത്തിൽ കഞ്ഞിയും അയാൾ ഉപയോഗിച്ച ആയുധങ്ങളും അടക്കം ചെയ്യുന്നു. കുട്ടികളാണ് മരിക്കുന്നതെങ്കിൽ കുഴിയിൽ കുറച്ച് മുലപ്പാൽ ശേഖരിച്ച ഒരു പാത്രവും വെക്കും. മുഖത്ത് മണ്ണ് വീഴാതിരിക്കാൻ കുഴിയുടെ വശം തുരന്ന് സൗകര്യപ്പെടുത്തിയാണ് കുഞ്ഞിന്റെ ശവം കിടത്തുക. പ്രായത്തിനൊത്ത ഭക്ഷണം പരേതർക്കു വേണ്ടി ഒരുക്കിവെക്കുന്നു.

ജപ്പാൻ

ജപ്പാനിൽ മരണശേഷം ഭാര്യയേയും ഭർത്താവിനേയും അടുത്തടുത്ത് കല്ലറകളിലായി മറവു ചെയ്യുന്നതാണ് ആചാരം. ഭർത്താവ് ആദ്യം മരിക്കുകയും ഭാര്യ പിന്നീട് മരിക്കുകയും ചെയ്താൽ നിർബന്ധമായും ഭാര്യയുടെ ശവം ഭർത്താവിന്റെ ശവമാടത്തിനരികിൽത്തന്നെ അടക്കം ചെയ്യുകയാണ് പതിവ്. പരലോകം എന്നൊന്നുണ്ടെങ്കിൽ അവിടെയും ഇവർ ഭാര്യാ ഭർത്താക്കന്മാരായി ഒരുമിച്ചുതന്നെ കഴിയട്ടെ എന്ന വിശ്വാസമാണ് ഇതിന് പിറകിൽ ഉള്ളത്. അടുത്ത കാലത്തായി ജപ്പാനിലെ സ്ത്രീകൾ തങ്ങളെ ഭർത്താവിന്റെ കുഴിമാടത്തിനരികിൽ മറവുചെയ്യരുത് എന്ന് പറഞ്ഞുതുടങ്ങിയിരിക്കുന്നു. ഈ ലോകജീവിതത്തിൽ ഭർത്താവായിരുന്ന ആളെ പരലോകജീവിതത്തിലും വേണ്ടെന്നർത്ഥം. മരണത്തോടൊപ്പം ബന്ധവിമോചനം ആഗ്രഹിക്കുന്ന ഈ മനോഭാവത്തെ ഷിഗോറിക്കോൺ -മരണശേഷം വിവാഹമോചനം- എന്ന പേരിൽ വിശേഷിപ്പിക്കുന്നു.

പുല

കേരളത്തിൽ ഒരാൾ മരിച്ചാൽ ഉറ്റ ബന്ധുക്കൾ പുലയാചരിക്കുന്ന പതിവ് ഉണ്ടായിരുന്നു. ഇന്ന് അത്ര നിർബന്ധമില്ലെങ്കിലും പലേടത്തും പുലാചരണം നടക്കുന്നുണ്ട്. പുലയുള്ളവർ വിശുദ്ധസ്ഥലങ്ങളിൽ പങ്കെടുക്കുകയോ ദിവ്യസ്ഥാനങ്ങളിൽ കയറുകയോ അരുത്. കേരളത്തിൽ എല്ലാ വിഭാഗം ജനങ്ങളും പുലയാചരിച്ചിരുന്നു. പുലകുളിച്ച് ശുദ്ധരായതിനുശേഷമേ മരണവീട്ടിൽനിന്ന് ആളുകൾ പിരിഞ്ഞുപോവുകയുള്ളു. പുലകുളി അടിയന്തിരം സദ്യയോടുകൂടിയാണ് നടത്തുക. പുലയാച

രണം പല ജാതികൾക്കിടയിലും പല ദിവസങ്ങളായാണ് നടന്നിരുന്നത്. മലപ്പുലയൻ, മലയർ എന്നിവർ 3 ദിവസമാണ് പുലയാചരിച്ചിരുന്നത്. വയനാടൻ പുലയർ, തിയ്യർ, ഈഴവർ, മന്നാന്മാർ എന്നിവർ 7 ദിവസവും പണിയർ 8 ദിവസവും ബ്രാഹ്മണർ, നായാടികൾ എന്നിവർ 10 ദിവസവും കുറിച്യർ 13 ദിവസവും മുള്ളുവക്കുറവർ, ചിങ്ങത്താന്മാർ, നായന്മാർ എന്നിവർ 12 ദിവസവും വണ്ണാൻ, പുലയർ, പുള്ളുവർ, മലക്കാരൻ എന്നിവർ 13 ദിവസവും പുലയായി കണക്കാക്കുന്നു. വിഴവർ 14 ദിവസവും മുതുവാൻ, മലയർ, അടിയാന്മാർ എന്നിവർ 15 ദിവസവും കാടർ, മലയരയർ, ഉള്ളാടർ, മലപേടർ, കൊച്ചുവേലൻ, മലക്കുറവർ, കാണിക്കാർ തുടങ്ങിയവർ 16 ദിവസവും ദക്ഷിണകേരളത്തിലെ കുറവർ 17 ദിവസവും പുലയാചരണം നടത്തുന്നു. മരിച്ച ആളുമായി രക്തബന്ധമുള്ളവർക്കും താവഴി ബന്ധമുള്ളവർക്കും പുലയുണ്ടെന്നാണ് വിശ്വാസം. പുല മാറുന്നതിന് മാറ്റിട്ട് കുളിക്കുകയെന്ന ചടങ്ങായിരുന്നു പണ്ട് പ്രധാനം. ഇന്ന് മാറ്റിന് അത്ര പ്രാധാന്യം ആരും കല്പിക്കുന്നില്ല. പുലയാചരണം പോലും നഗരസംസ്കാരത്തിന് അന്യമായിരിക്കുന്നു.

ആണ്ടുബലി പെറുവിൽ

പെറുവിലെ ആണ്ട്യൻഗ്രാമത്തിൽ ഒരു വർഷത്തിനുശേഷം പരേതാത്മാവ് വീട്ടിലെത്തുമെന്ന് കരുതുന്നു. അതുവരെ പരേതന്റെ വസ്ത്രങ്ങളും മറ്റ് ഭൗതികവസ്തുക്കളും കാത്തുസൂക്ഷിക്കുന്നു. അടുത്ത ലോകത്തിലേക്കുള്ള യാത്ര ഒരു വർഷത്തിനുശേഷമാണ് ആരംഭിക്കുക. അതിന് സഹായിക്കാനായി വീട്ടുകാരും സുഹൃത്തുക്കളും കാത്തിരിക്കുന്നു. മെഴുകുതിരി കത്തിച്ച് വെയ്ക്കും. പരേതനെക്കുറിച്ച് ഓർത്ത് ദുഃഖിക്കുന്നവർ ലഹരി ഇലകൾ ചവയ്ക്കുകയും മദ്യം കഴിക്കുകയും ചെയ്യും. നേരം പുലരുന്നതോടെ പരേതാത്മാവിന്റെ രൂപാന്തരം പൂർത്തിയാവുന്നു. ജീവിക്കുന്നവരും മരിച്ചവരും തമ്മിലുള്ള ബന്ധം അവസാനിക്കുന്നു. എല്ലാവരും പിരിഞ്ഞുപോകുന്നു.

ടെന്നിസി

ടെന്നിസിയിലെ ഗ്രെറ്റർ ഗാലറ്റിയൻ ബാവിസ്റ്റ് ചർച്ചിലെ നീഗ്രോകളുടെ ശവസംസ്കാരചടങ്ങുകൾ : ആചാരവിലാപത്തിന്റെ ഘട്ടത്തിൽ സവിശേഷ പ്രവർത്തകർ പാടും. ദുഃഖംമൂലം ചിലർ അലയുകയും കര

യുകയും ചെയ്യും. ചിലർ പള്ളിയുടെ ഇടനാഴികളിൽ ബോധം കെട്ട് വീണുകിടക്കും. വിശ്വാസികളായ ജനങ്ങൾ ഞെട്ടലോടുകൂടി ദുഃഖിക്കുന്നതും കിടിലംകൊള്ളുന്നതും വിമുഖരാവുന്നതും കോപിക്കുന്നതും വേദനയുടെ ബഹിർസ്പുരണമാണ്. ഇതിനായി മിക്ക സംസ്കാരങ്ങളും ദുഃഖത്തെ ആചാരപരമായ ചടങ്ങുകളുമായി ബന്ധിപ്പിക്കുന്നു. മരണത്തിലും ദുഃഖത്തിലും അവയെ അഭിമുഖീകരിക്കുന്നതിന് ശക്തമാവും വിധം വേദനാരഹിതമായ അനുഭവങ്ങൾ നാം ആർജ്ജിക്കുന്നില്ല. ദുഃഖത്തെ അന്തർബലംകൊണ്ട് നേരിടാം. ദുഃഖത്തിൽ നിന്നും ശാന്തയിലേക്കെത്താനാവശ്യമായത്രയൊന്നും ശക്തി അതി നെ നേരിടാൻ ആവശ്യമില്ല.

ദുഃഖാചരണവും സഹായവും

റഷ്യ-മാൾഡോവിയയിൽ ഒരു വിധവയെ കുടുംബാംഗങ്ങളും സുഹൃത്തുക്കളും സമാശ്വസിപ്പിക്കുന്നു. ദുഃഖാചരണത്തിൽ ഒരു പ്രത്യേക കാലം എല്ലാ സമൂഹത്തിലും ആചാരപരമായി ഉണ്ട്. ഈ കാലത്ത് കുടുംബാംഗങ്ങളും സുഹൃത്തുക്കളും പരമ്പരാഗതരീതിയിൽ ആവശ്യമായത്ര സഹായങ്ങൾ നൽകുന്നു. മരണം നടന്ന കുടുംബവുമായി ബന്ധപ്പെടുന്നവരുടെ സഹായങ്ങൾക്ക് പരിധിയില്ല.

ചിലവ് പങ്കിടുന്നു

പെറുവിൽ ഒരാളുടെ മരണത്തിനുശേഷം ശവസംസ്കാരത്തിനുവേണ്ടുന്ന ചിലവ് അയൽക്കാർ വഹിക്കുന്നു. ഈ ആവശ്യത്തിലേക്ക് പണം ശേഖരിക്കുന്നു. വിവാഹം, ശവസംസ്കാരം പോലുള്ള ചടങ്ങുകൾ പണം സ്വരൂപിക്കുന്നതിന് അനേകമാർഗ്ഗങ്ങൾ ആചാരപരമായി സമുദായം വികസിപ്പിച്ചെടുത്തിട്ടുണ്ട്.

ഇന്തോനേഷ്യയിൽ

ഇന്തോനേഷ്യയിൽ ചില ഭാഗങ്ങളിലുള്ള കുടുംബങ്ങളിൽ ശവസംസ്കാരാഘോഷങ്ങൾക്ക് ആവശ്യമായതത്രയും പണം ശേഖരിക്കുന്നതുവരെ ശവദാഹം മാറ്റിവെയ്ക്കാറുണ്ട്. ആചാരപരമായ ചടങ്ങുകൾ

നിർവ്വഹിക്കുവാൻ വർഷങ്ങളോളം കാത്തിരിക്കുന്നത് അസാധാരണമല്ല. പലരും സുഹൃത്തുക്കളിൽനിന്നും ബന്ധുക്കളിൽനിന്നും പണം ശേഖരിക്കുന്നു.

ഗോത്രപങ്കാളിത്തം

ഒരാളും മരണത്തിലൂടെ ഗോത്രത്തിൽനിന്നും അന്യനാകുന്നില്ല. അയാളുടെ പിന്തുടർച്ച ആത്മീയമായും ഭൗതികമായും ഉറപ്പിച്ചുനിർത്തുന്ന അനേകഘടകങ്ങൾ സമുദായം തന്നെ രൂപപ്പെടുത്തിയിട്ടുണ്ട്. ശവത്തിന്റെ കാലുകഴുകിയ വെള്ളം കുടിക്കുന്നതും ശവസംസ്കാര കർമ്മങ്ങളിലെ നിവേദ്യങ്ങൾ ഭക്ഷിക്കുന്നതും സ്മാരകമണ്ഡപങ്ങൾ ഏർപ്പെടുത്തുന്നതും അതിന്റെ പ്രകടനപരമായ കർമ്മങ്ങളാണ്. ശാക്തേയ ആരാധനയിൽ വിശ്വസിക്കുന്നവർ ഭാരതത്തിൽ ഒരു പ്രത്യേക രീതിയിലാണ് സംഘടിത ശക്തിയായി തീരുന്നത്. ഈ വിഭാഗത്തിൽ പെടുന്നവർ മരിച്ചാൽ ശവം പായയിൽ കെട്ടി രക്തബലികർമ്മങ്ങളോടെ കുഴിച്ചിടുന്നു. ആട്, കോഴി എന്നിവയെ അറുത്ത് രക്ത തർപ്പണം പണ്ട് പതിവായിരുന്നു. ഇന്ന് മഞ്ഞളും നൂറും കലക്കിയ ചുവന്ന കുരുതി വെള്ളം മാത്രം. ശവസംസ്കാരവേളയിൽ അറുത്ത കോഴിയെയോ ആടിനെയോ അവിടെവെച്ചുതന്നെ പാകപ്പെടുത്തി സംസ്കാരചടങ്ങിൽ പങ്കെടുത്തവർ ഭക്ഷിക്കുന്നു. ഇങ്ങിനെ ഭക്ഷിച്ചാൽ ശാക്തേയ സംഘത്തിൽ അംഗമായി. കാളീ ഉപാസകരായ ഈ വിഭാഗക്കാർ ജാതിശ്രേണിയിൽ ഒരു പ്രത്യേക വിഭാഗമല്ല. പല ജാതികളിൽ ശാക്തേയരുടെ പ്രത്യേക സംഘങ്ങൾ കേരളത്തിലും ഉണ്ടായിരുന്നു.

അപ്പവും വീഞ്ഞും

കർത്താവായ യേശു താൻ ഒറ്റിക്കൊടുക്കപ്പെട്ട രാത്രിയിൽ അപ്പമെടുത്തു കൃതജ്ഞതാസ്തോത്രം ചെയ്തശേഷം അതു വിഭജിച്ചുകൊണ്ട് അരുൾ ചെയ്തു, ഇത് നിങ്ങൾക്കായുള്ള എന്റെ ശരീരമാകുന്നു. എന്റെ ഓർമ്മയ്ക്കായി ഇതു ചെയ്യുന്നു. അപ്രകാരംതന്നെ അത്താഴത്തിനു ശേഷം പാനപാത്രം എടുത്ത് അരുൾ ചെയ്തു, ഈ പാനപാത്രം എന്റെ രക്തത്തിലുള്ള പുതിയ ഉടമ്പടിയാകുന്നു. നിങ്ങൾ ഇത് പാനം ചെയ്യുമ്പോഴെല്ലാം ഇത് എന്റെ ഓർമ്മയ്ക്കായി ചെയ്യുക. ഈ അപ്പം ഭക്ഷി

ക്കുകയും ഈ പാനപാത്രം കുടിക്കുകയും ചെയ്യുമ്പോഴെല്ലാം നിങ്ങൾ കർത്താവിന്റെ മരണം അവന്റെ ആഗമനം വരെ ഉദ്ഘോഷിക്കുന്നു. (1 കെറി 1124-26)

കെൻറുക്കി

കിഴക്കൻ കെൻറുക്കിയിലെ -ലതർ വുഡ് - മലയോരവാസികളായ ജനങ്ങൾ ശവസംസ്കാരവും തുടർന്നുള്ള ചടങ്ങുകളും വീട്ടിൽത്ത ന്നെ നടത്തുന്നു. ശവം പ്രാദേശിക മോർച്ചറി(ശവപ്പുര) യിൽ വെച്ചതിനു ശേഷം വീട്ടിൽ കൊണ്ടുവരുന്നു. രണ്ടുരാത്രിയും രണ്ടുപകലും സുഹൃത്തുക്കളും ബന്ധുക്കളും ശവത്തോടൊപ്പമിരിക്കുന്നു. കുട്ടികൾ അകത്തും പുറത്തും ശവപ്പെട്ടിക്കു ചുറ്റും ഓടിക്കളിക്കും. വരും വർഷങ്ങളിൽ മരണവുമായി അവർ ചങ്ങാത്തം സ്ഥാപിക്കേണ്ടവരാണല്ലോ.

പങ്കുവെയ്ക്കപ്പെടുന്ന ഉത്തരവാദിത്വവും ദുഃഖാചരണവും ജീവിതത്തിന്റെ ഒരു ഭാഗത്ത് മരണമെന്ന വീക്ഷണമുണ്ടാക്കാൻ സഹായിക്കുന്നു.

സ്ത്രീകളെ സ്ത്രീകൾ സംസ്കരിക്കണം

സ്ത്രീകൾ മരിച്ചാൽ ശവസംസ്കാര കർമ്മം സ്ത്രീകൾ തന്നെ നിർവ്വഹിക്കണമെന്ന് കേരളത്തിലെ മാവിലന്മാർക്കിടയിൽ നിർബന്ധമാണ്. സ്ത്രീയെ സംസ്കരിക്കുന്നതിൽ പുരുഷന്മാർ പാതി ചേർന്നാൽ പിശാചുക്കൾ അപകടങ്ങളുണ്ടാക്കുമെന്നാണ് വിശ്വാസം. മലപ്പണിക്കന്മാരുടെ വിശ്വാസപ്രകാരം ശവസംസ്കാര കർമ്മങ്ങളിൽ സ്ത്രീകൾ പങ്കെടുക്കാനേ പാടില്ല. അരണാടന്മാർ ശവസംസ്കാര കർമ്മത്തിൽ സ്ത്രീകളെയും കുട്ടികളെയും പങ്കെടുപ്പിക്കുന്നു. ആളാന്മാർക്കിടയിലും ഇത് അനുവദിക്കുന്നുണ്ട്. മലക്കാരന്മാരുടെ ശവസംസ്കാര യാത്രയിൽ സ്ത്രീകൾ ഉണ്ടാവരുതെന്നാണ് നിയമം. സ്ത്രീകൾ കുഴിമാടത്തിനടുത്ത് പോകുവാനും പാടില്ല. മലപ്പുലയന്മാർ ചെണ്ടമേളത്തോടെ പാട്ടും പാടിയാണ് ശവം കുഴിച്ചിടാൻ കൊണ്ടുപോവുക. സ്ത്രീകളും കുട്ടികളും പാട്ടുംപാടിയാണ് ശവം കുഴിച്ചിടാൻ കൊണ്ടുപോവുക.

ആണ്ടുബലി

മരിച്ചവർക്ക് ആണ്ടുബലി അർപ്പിക്കുന്ന കർമ്മം ഇന്ത്യയിൽ പ്രധാന മായ ഒരാചാരമാണ്. കേരളത്തിൽ കർക്കിടകമാസത്തെ കറുത്ത വാവിൻ നാളിൽ പരേതാത്മാക്കൾക്ക് ബലി നൽകുന്നു. പാപനാശം (വർക്കല), വരക്കൽ(കോഴിക്കോട്), തിരുവദ്യം(തിരുവനന്തപുരം) ക്ഷേത്ര സങ്കേ തങ്ങളായ അനേകം ബലിസ്ഥാനങ്ങൾ എന്നിവിടങ്ങളിൽ ആണ്ടു ബലി കർമ്മം നടത്തപ്പെടുന്നു. പരേതർക്കുവേണ്ടി മരണദിവസം, കർക്കിടക അമാവാസി ദിവസങ്ങളിൽ ബന്ധുക്കളെല്ലാവരും വ്രതശുദ്ധിയോടെ ബലി കർമ്മങ്ങൾ നടത്തുന്നതും പതിവായിരുന്നു. ഉണക്കലരിച്ചോറ്, തേങ്ങ ചിരവിയത് തുടങ്ങിയ പുറത്തെ കർമ്മങ്ങളിലും പായസം, ചോറ്, കറികൾ മറ്റു വിശിഷ്ട വിഭവങ്ങൾ എന്നിവ അകത്തെ കർമ്മങ്ങളിലും നിവേദിക്കുന്നു.

സ്വയം മരണം വരിക്കൽ

പോർച്ചു ഗിനിയയിലെ ഒരു ബിയാമി ആദിവാസി സ്വയം മരണത്തിന് കാത്തുകിടക്കുന്നു.

ആധുനികസമൂഹം മരണത്തോട് പൊരുതുമ്പോൾ അനേകം ആദി വാസി സമൂഹങ്ങൾ മരണം ജീവിതചക്രത്തിന്റെ ഒരു സ്വാഭാവിക ഭാഗ മാണെന്ന് കരുതുന്നു. പല ആദിമ അമേരിക്കൻ സമൂഹത്തിലും നല്ല ആരോഗ്യമുള്ള ചെറുപ്പക്കാർ സുഹൃത്തുക്കളെയും കുടുംബത്തിലെ അംഗങ്ങളെയും അവസാനക്കാഴ്ചയായി വിളിച്ചുവരുത്തുന്നു. മരണസ മയത്തിന്റെ മുന്നറിയിപ്പൊന്നുമില്ലാതെ തന്നെ സ്വയം ആഭിചാര വൃത്തിക്ക് വിധേയനായി മരണത്തിന് സന്നദ്ധമാവുന്നു.

അവൻ ഒരുദിവസം മുഴുവൻ ചിതക്കായി ഒരുക്കിയ തല്പത്തിൽ കിടക്കുന്നു. പിന്നീട് അവൻ തന്നെ സ്വന്തം ചിതക്ക് തീ കൊളുത്തു കയും ചെയ്യുന്നു.

വായിക്കുന്ന ഒരു തൊഴിലാളിയുടെ ചോദ്യങ്ങൾ

ഏഴുവാതിലുള്ള തീബ്സ് ആരു നിർമ്മിച്ചു?
ഗ്രന്ഥങ്ങൾ പറയുന്നു, രാജാക്കന്മാർ
കൽത്തറയിൽനിന്നും കല്ലു ചുമന്നത് രാജാക്കന്മാരോ?

വീണ്ടും വീണ്ടും തകർക്കപ്പെട്ടു ബാബിലോൺ.

വീണ്ടും വീണ്ടും പണിതുയർത്തിയതാര്?

സ്വർണ്ണംപോലെ ജ്വലിക്കുന്ന ലീമയിലെ പണിക്കാർക്കുചുറ്റും

ഏത് ഭിത്തികളുണ്ടായിരുന്നു?

ചീനയിലെ പണി തീർന്ന ഭിത്തിയിൽ സായാഹ്നം പരന്നപ്പോൾ

കൽപ്പണിക്കാർ പോയതെവിടെ?

മഹത്തായ റോമിൽ എവിടെയും വിജയകമാനങ്ങൾ. അവ ഉയർത്തിയതാര്?

സീസറന്മാർ ജയം നേടിയതാരുടെ മേൽ?

ബൈസാന്റിയത്തിൽ കൊട്ടാരങ്ങൾ മാത്രമോ?

ജനങ്ങൾ ജീവിച്ചതെവിടെ?

അറ്റ്ലാന്റ്സ് പോലും സമുദ്രത്താൽ ഗ്രസിക്കപ്പെട്ട ഐതിഹാസിക രാത്രിയിൽ മുങ്ങിത്താഴുന്നവർ അടിമകളെ വിളിച്ചലറുന്നതു കേട്ടു. യുവാവായ അലക്സാണ്ടർ ഇന്ത്യ കീഴടക്കി. തനിച്ചോ?

സീസർ ഗ്രാൾ ജനതയെ കീഴ്പ്പെടുത്തി. ഒരരിവെപ്പുകാരൻ പോലും കൂടെയില്ലായിരുന്നോ?

തന്റെ സേന തകർന്നപ്പോൾ സ്പെയിനിലെ ഫിലിപ്പ് വിലപിച്ചു. മറ്റാരും കരഞ്ഞില്ലേ?

ഫ്രെഡറിക് രണ്ടാമൻ സപ്തവൽക്കരയുദ്ധം ജയിച്ചു. അയാൾക്കൊപ്പം ജയം നേടിയതാര്?

വിജയികളുടെ വിരുന്നൊരുക്കിയതാര്?

ഓരോ ദശകത്തിലും ഓരോ മഹാൻ. ആരുടെ ചെലവിൽ?

എത്രയോ പ്രസ്താവങ്ങൾ?

എത്രയോ ചോദ്യങ്ങൾ?

www.ingramcontent.com/pod-product-compliance
Lightning Source LLC
LaVergne TN
LVHW060151051026
849517LV00007B/2626
* 9 7 8 9 3 9 4 4 7 2 2 4 2 *